நீயே ஒளி... நீதான் வழி!

இந்து தமிழ்திசை நாளிதழில் வெளியான
மனநலம் தொடர்பான கட்டுரைகள்

சூ.ம.ஜெயசீலன்

Neeye Oli... Neethan Vazhi (In Tamil)
Su.Ma. Jeyaseelan
First Published : April, 2023

Published by

BHARATHI PUTHAKALAYAM
7, Elango Salai, Teynampet, Chennai - 600 018
Email: bharathiputhakalayam@gmail.com | www.thamizhbooks.com

நீயே ஒளி... நீதான் வழி!
சு.ம.ஜெயசீலன்
முதற் பதிப்பு : ஏப்ரல், 2023

வெளியீடு

7, இளங்கோ சாலை, தேனாம்பேட்டை, சென்னை - 600 018.
தொலைபேசி : 044 24332424, 24330024 விற்பனை: 24332924.

விற்பனை நிலையங்கள்
அருப்புக்கோட்டை: கதவுஎண் 49 A/4 மெயின் ரோடு, தெற்கு தெரு - 9994173551
ஈரோடு: 39: 39 ஸ்டேட் பாங்க் சாலை - 9245448353
கரூர்: நாரத கானசபா அருகில் (TNGEA OFFICE)- 9442706676
காரைக்குடி : 12, 2 வது தெரு, கம்பன் மணிமண்டபம் பின்புறம் - 9443406150
கும்பகோணம்: 352, ரயில் நிலையம் எதிரில் - 9443995061
கோவை: 77, மசக்காளிபாளையம் ரோடு, பீளமேடு - 8903707294
சேலம்: 15, வித்யாலயா சாலை
சிதம்பரம்: 22A / 18B தேரடி கடைத் தெரு, கீழவீதி அருகில் - 9994399347
செங்கல்பட்டு: 1 D ஜி.எஸ்.டி. சாலை - 044 27426964
தஞ்சாவூர்: காந்திஜி வணிக வளாகம் காந்திஜி சாலை - 9655542400
திண்டுக்கல்: பேருந்து நிலையம் - 9942331105, 9976053719
திருச்சி: வெண்மணி இல்லம், கரூர் புறவழிச்சாலை - 9994289492
திருநெல்வேலி: 25A, ராஜேந்திரநகர் - 9442149981
திருப்பூர்: 447, அவினாசி சாலை - 9486105018
திருவண்ணாமலை: முத்தம்மாள் நகர்
திருவல்லிக்கேணி: 48, தேரடி தெரு - 9444428358
திருவாரூர்: 35, நேதாஜி சாலை - 9442540543
நாகர்கோவில்: 699, கே.பி.ரோடு R.V.புரம் - 9443450111
நெய்வேலி: பேருந்து நிலையம் அருகில், - 9443659147
பழனி: பேருந்து நிலையம் அருகில் - 7010760693
பாண்டிச்சேரி : கிழக்கு கடற்கரைச்சாலை, இலாசுப்பேட்டை, 9486102777
பெரம்பூர்: 52, கூக்ஸ் ரோடு - 9444373716
மதுரை: 37A, பெரியார் பேருந்து நிலையம் - 045 22324674 & சர்வோதயா மெயின்ரோடு
வடபழனி: பேருந்து நிலையம் எதிரில், அடையார் ஆனந்தபவன் மாடியில் - 9444476967
விருதுநகர்: 131, கச்சேரி சாலை - 0456 2245300
வேலூர்: பேஸ் III, சத்துவாச்சாரி - 9442553893

நினைத்த நூல்கள்... நினைத்த நேரத்தில்... BharathiTV | www.bookday.in

அச்சு : பிரிண்டெக், சென்னை - 5.

கட்டுரை வெளியானபோது வந்த வாசகர்களின் மின்னஞ்சல்கள்..!

இன்றைய சூழலில் மனஅழுத்தமே நம்முள் நிறைந்துள்ளது. குறிப்பாக, பணி செய்யும் இடங்களில் தேவையற்ற எதிர்பார்ப்புகள் மனஅழுத்தத்தை அதிகமாக்குகின்றன. நம் பிரச்சினைகளை பிறரிடம் பேசுவதற்கும், ஆலோசனை கேட்பதற்கும் கூச்சப்படுகிறோம். இதைத் தவிர்க்கவும், மனமுதிர்ச்சி அடையவும், சூழ்நிலைகளை கையாளவும், 'நம் வாழ்வு நமதென்போம்' கட்டுரை உதவுகிறது.

உமாதேவி முத்துராஜ், ஆசிரியை, சிலமலை.

★★★★

தாய்மார்களின் பொக்கிஷம் என்று கூறும் அளவிற்கு தாய்மைப்பேறு அடைந்தவர்களும் அவர்களைச் சார்ந்தோரும் கடைபிடிக்க வேண்டிய சிறந்த கருத்துப் பகிர்வு, 'தாய்மார்களின் மனநலனை மறந்துவிடக் கூடாது' கட்டுரை.

ஜோஸ்பின், சேலம்.

★★★★

தங்களது, 'இணையவழி மிரட்டலைத் தடுப்போம்' கட்டுரை இன்றைய சூழலில் அவசியமான அவசரமான முக்கியத்துவம் வாய்ந்த கட்டுரை. அதிகாரத்தில் இருப்பவர்களுக்கு அறைகூவல் விடுக்கும் வண்ணம் அமைந்துள்ளது. நிச்சயம் மாற்றங்கள் ஏற்படும் என நம்புவோம். வாழ்த்துகள்.

சூ. அன்பரசன், தமிழாசிரியர்,

தே பிரித்தோ மேல்நிலைப்பள்ளி, தேவகோட்டை.

★★★★

கொரோனா பெருந்தொற்றில் நெருங்கிய உறவுகளை திடீரென இழந்து தவிப்போரை நன்கு புரிந்துகொள்ள... வழிகாட்ட,

'இது பேயின் தாக்கமல்ல, நோயின் தாக்கம்' கட்டுரை பயன்படும். தேவையான நேரத்தில் விரிவான பயனுள்ள கட்டுரை.

ஞானம், திருச்சி.

★★★★

தி இந்து தமிழ் நாளிதழில் தாங்கள் எழுதும் கட்டுரைகளைத் தொடர்ந்து வாசித்து வருகிறேன். சமீபத்தில் எழுதிய, 'ஆசிரியர்களே மனம் தளராதீர்கள்' கட்டுரையில், பல விஷயங்கள் இன்றைய நடைமுறை வாழ்க்கைக்குத் தேவையானவை. இக்கட்டுரை தீய பழக்க வழக்கங்களில் சிக்கிக்கொண்ட மாணவர்களை, நல்வழிப்படுத்த உதவுகிறது. எனது பள்ளி ஆசிரியர்களுக்கு இக்கட்டுரையை பகிர்ந்துள்ளேன். என் வகுப்பு மாணவர்களுக்கு வாசித்து காட்டியுள்ளேன்.

ராணிதிலக், தமிழ் ஆசிரியர்,

அறிஞர் அண்ணா அரசு மேல்நிலைப்பள்ளி, கும்பகோணம்.

★★★★

நான் கோவை சூலூரில் வசிக்கிறேன். இந்து தமிழ் நாளிதழில் நீங்கள் எழுதும் கட்டுரைகளை தொடர்ந்து படித்து வருகிறேன். 'பேயின் தாக்கமல்ல நோயின் தாக்கம்' படித்தபோது நானும் அதேபோல இருந்ததை அறிந்தேன். அதுபோன்ற பிதற்றல்கள் தற்போது இல்லை. ஆனால் முழுமையாக வெளியேற முடியாமல் தவிக்கிறேன். கோவையில் உங்களைப் போன்ற மனநல மருத்துவர்கள் உள்ளார்களா? யாரிடம் சொல்வது? யாரிடம் கேட்பது என்று தெரியவில்லை. உங்களின் மேலான உதவியை எதிர்நோக்குகிறேன்.

ரேவதி, கோவை.

★★★★

'ஆசிரியர்களே மனம் தளராதீர்கள்' என்ற தலைப்பில் இந்து தமிழ் பத்திரிகையில் தங்களின் கட்டுரையை வாசித்தேன். உங்களின் கருத்தை மாணவர்களைத் தாண்டி என்னுடனும் ஒப்பிட்டுப் பார்த்தேன். குழந்தைகளுக்கு மட்டுமல்ல, தங்களின் கருத்து இன்றைய கொரோனா கலத்தில் அனைத்து தரப்பினருக்கும் மிகவும் நெருக்கமான ஒன்று. அருமையான,

அவசியமான தங்களின் கட்டுரைக்கு எனது நெஞ்சார்ந்த பாராட்டுகளும் வாழ்த்துகளும்.

பொ. புகழேந்தி, வழக்கறிஞர், திருச்சி.

★★★★

இந்து தமிழ் நாளிதழில் நீங்கள் எழுதிய 'மாற்றுத்திறனாளிகள்: எந்த அளவுக்குப் புரிந்துகொண்டுள்ளோம்?' கட்டுரையை படித்தேன். உண்மையிலேயே இதயத்தைத் தொட்டது. ஒரு மாற்றுத்திறனாளியாக நாங்கள் அன்றாடம் அனுபவிக்கும் வலிகளை உங்கள் வார்த்தைகளில் பதிவு செய்திருந்தீர்கள்.

இதில் குறிப்பிட்டு சொல்ல வேண்டுமென்றால், 'மாற்றுத்திறனாளிகளுக்கும் கனவுகள் உண்டு, கோபம் வரும், விடலைப் பருவ நகைச்சுவை துணுக்குகளைச் சொல்லிச் சிரிப்பார்கள், கெட்ட வார்த்தைகள் தெரியும் என்பதெல்லாம் வெகு இயல்பாக நாங்கள் அறிந்துகொண்ட காலம் அது' என்ற வரிகளை சொல்லலாம். எங்களின் மேற்படி உணர்வுகளை புரிந்து கொள்ளாததால்தான் சமூகத்தில் எங்களுக்கான புறக்கணிப்பு தொடர்கிறது. அதை நீங்கள் சுட்டிக்காட்டியிருந்தீர்கள்.

இவற்றையும் நீங்கள் குறிப்பிட்டிருக்கலாம், அதாவது மாற்றுத்திறனாளிகளுக்கு சமூகம் மட்டுமல்ல, வீட்டுக்குள்ளேயும் புறக்கணிப்பு நிகழ்கிறது. அடையாளப்படுத்துவதை பற்றி நீங்கள் குறிப்பிட்டு இருந்தீர்கள். சொந்த பெற்றோரே எனது நொண்டி மகன் -மகள் என்று அறிமுகம் செய்வதை காண முடியும். இதைப்போல மாற்றுத்திறனாளி ஆண் அல்லது பெண்ணை திருமணம் செய்பவரும், உனக்கு நான் வாழ்க்கை கொடுத்திருக்கிறேன் என்று குத்திக்காட்டுவது போன்ற செயல்களும் எங்களை காயப்படுத்துகின்றன. இவற்றையும் நீங்கள் குறிப்பிட்டிருக்கலாம்.

எப்படியிருந்தாலும் உங்களின் பார்வை விசாலமானது. எங்களின் வலிகளை விரிவாக பகிர்ந்ததற்காக நன்றி.

பிரியங்களுடன்

இரா.ஜெயன், மார்த்தாண்டம்.

★★★★

தங்களின், 'அருங்காட்சியகம் செல்வோம் வாருங்கள்' எனும் அழைப்பு காலத்தின் தேவை. இளையோருக்கான அறிவுப்பாதை அருங்காட்சியகம்.

முனைவர் ந. அருள்மொழி

அய்ய நாடார் ஜானகி அம்மாள் கல்லூரி, சிவகாசி

★★★★

தமிழ் இந்து திசை நாளிதழில் தங்களின் 'ஆசிரியர்கள் மட்டுமே பொறுப்பாளிகள் அல்ல!' கட்டுரை படித்தேன். இன்றைய சூழலில் பள்ளிகளில் பிரச்சினையை நன்கு ஆராய்ந்து தீர்வு காணும் வகையில் நல்லதொரு கட்டுரையை தந்தமைக்காக தங்களுக்கு பாராட்டுதல்களை தெரிவித்துக்கொள்கிறேன். சமுதாய நலனில் அக்கறை கொண்டவர்கள் அனைவரும் கவனிக்க வேண்டிய கட்டுரை.

பெற்றோரின் பொறுப்பு, சமுதாயத்தினுடைய பொறுப்பு அனைத்தையும் ஆசிரியர்களின் மீது சுமத்துவது எவ்வகையிலும் நியாயம் இல்லை. 'ஒழுக்கமற்ற கல்வி ஒரு பாவச் செயல்' என்றார் மகாத்மா காந்தி. 'ஒழுக்கம் உயிரினும் ஓம்பப்படும்' என்றார் வான்புகழ் வள்ளுவர். எனவே மாணவர்களுக்கு சுதந்திரத்திற்கும் ஒழுங்கின்மைக்கும் இடையேயான வேறுபாட்டை புரியவைத்து ஒழுக்கம் மற்றும் அறம் சார்ந்த விழுமியங்களை கற்றுத்தர வேண்டியது தலையாய கடமையாகும்.

மாணவர்களின் ஒழுங்கீன செயல்கள் மேன்மேலும் பரவி சமுதாய சீரழிவு ஏற்படுவதற்கு முன்பாக மாணவர்கள் பள்ளியில் நடந்துகொள்ள வேண்டிய ஒழுக்க நெறிமுறைகளையும், அவர்களுடைய ஒழுங்கீனச் செயல்களுக்கு என்னென்ன வகையில் நடவடிக்கை எடுக்கலாம் என்கிற தெளிவுரைகளையும் ஆட்சியாளர்களும் கல்வித்துறையும் விரைந்து வழங்க வேண்டியது அவசிய மற்றும் அவசரத் தேவையாகும்.

வெ.சத்தியமூர்த்தி, கிருஷ்ணகிரி.

★★★★

இந்து இதழில் நடுப்பக்கத்தில் வெளிவந்த, 'ஆசிரியர்கள் மட்டுமே பொறுப்பாளிகள் அல்ல' கட்டுரை படித்தேன். மிகவும்

அற்புதம். இச்சமூகம் எப்போது ஆசிரியர்களுக்கு தகுந்த மரியாதை கொடுக்க முன்வருகிறதோ அன்றுதான் சமூகத்தில் நற்சிந்தனைகள் வளரும். திரைப்படங்கள் சிறார்களிடமும் பதின்பருவத்தில் இருப்பவர்களிடமும் நற்சிந்தனையை வளர்க்கும்படியான காட்சிகளை பதிவு செய்ய முன்வர வேண்டும். மாணவர்களின் மனதில் தீய சிந்தனைகள் இடம்பெறாத வண்ணமாக அரசு கூர்ந்து கண்காணிக்க வேண்டும். வாழ்க தங்களின் பணி! வளர்க தங்களின் சமூக நற்சிந்தனை.

பொன்செல்ல இலக்கியா

★★★★

'பேயின் தாக்கமல்ல, நோயின் தாக்கம்'கட்டுரையில், மிகவும் உள்ளார்ந்த விவரங்களுடன், 'உடல் பாதிப்பைத் தொடர்ந்த உளச் சீர்குலைவு' (*PTSD*) ஒருவகை நோய் என்பதை எளிய நடையில் விளக்கி உள்ளீர்கள். வாழ்த்துகள்.

கிறிஸ்டினா அந்தோணி , சிங்கப்பூர்

★★★★

உண்மையாகவே ஒரு பெண் கருவுற்றிருக்கும்போது எப்படிப்பட்ட சூழ்நிலைகளில் இருக்கிறாள் என்பதை மிகத் தத்ரூபமாக குறிப்பிட்டு, 'தாய்மார்களின் மனநலனை மறந்துவிடக் கூடாது' என்று எழுதி இருக்கிறீர்கள். உங்கள் கட்டுரையை வாசிக்கும் பொழுது நான் கருவுற்றிருந்த அந்தக் காலகட்டங்கள் நினைவுக்கு வந்தன.

பெனி ராயன், காரைக்குடி

மாறிவரும் அவசர உலகில் நாம் வாழ்கிறோம் என்பதற்குச் சான்று சாலை விபத்துகள். சாலை விதிகளைப் பின்பற்றுவது, நிதானம், இடர்பாடான சூழ்நிலையில் சமயோசித புத்தியைக் கையாளுவது போன்ற அருமையான கருத்துக்களுடன் உள்ளது, 'சாலை பாதுகாப்பு நம் கடமை' கட்டுரை. இது போன்ற கட்டுரைகளைப் படித்து வாழ்வில் பயன்படுத்திக்கொண்டால், நாமும் பாதுகாப்போடு இருப்போம், நம்மால் பிறரும் பாதிக்கப்படமாட்டார்கள் என்பது உறுதி. சமூக அக்கறையுள்ள கட்டுரை.

உமாதேவி முத்துராஜ், ஆசிரியை, சிலமலை

என்னுரை

வழிகாட்ட... வலுவூட்ட!

இணையதளத்தில் ஒரு பக்கம் தொடங்கி அதில் மனநல அவசியம் குறித்து தொடர்ந்து எழுத திட்டமிட்டேன். (1) விழிப்புணர்வு (2) கலந்துரையாடல் (3) சொந்தமாக முடிவெடுக்க வழி காட்டுதல், என்பனவற்றை நோக்கங்களாக வரையறை செய்தேன். "வழிகாட்ட....வலுவூட்ட!" என்று தலைப்பு வைத்தேன்.

இந்து தமிழ் திசையின் காமதேனு வார மின்னிதழில் அப்போதுதான் என்னுடைய பயணக் கட்டுரை தொடர், "சிறகை விரி உலகை அறி" தொடங்கியிருந்தது. அதன் முதல் கட்டுரையை தோழி ம. சுசித்ரா செப்பனிட்டிருந்தார்கள். நன்றி தோழி. அதில் நான் கற்றுக்கொண்டபடி உளவியல் கட்டுரையை எழுதினேன். முதல் முறையாக இந்து தமிழ் திசை நாளிதழுக்கு அனுப்பினேன். வெளியானது. தொடர்ந்து எழுத ஆரம்பித்தேன்.

அதுமுதலாக, பரவலாக வாசகர்களிடமிருந்து மின்னஞ்சல்கள் வரத் தொடங்கின. பள்ளி ஆசிரியர்களும், கல்லூரி பேராசிரியர்களும் மாணவர்களிடம் இக்கட்டுரைகளை வாசிக்கச் சொன்னதாகவும், கலந்துரையாடியதாகவும் சொன்னார்கள். சில கட்டுரைகளை நகலெடுத்தும், குரல் பதிவாக மாற்றியும் பகிர்ந்தார்கள்.

அனைத்தின் மகுடமாக, கல்விச் செயற்பாட்டாளர் இரத்தின விஜயன், "உங்கள் எழுத்துக்களை தொடர்ந்து கவனிக்கிறேன். அவை மொத்தமும் குழந்தை உலகத்தின் மீதும் குழந்தையின் நுண்ணுணர்வுகளைக் கவனிக்கும் குழந்தை உளவியலிலும் குவிகிறது. உங்கள் எழுத்தில் உறுத்தல் இல்லாத ஒரு கரிசனம் இருப்பதைப் பார்க்கிறேன். குழந்தை தன்னைக் காயப்படுத்திக் கொள்ளுவது பற்றிய உங்கள் கட்டுரை மிக முக்கியமான ஒன்று. இது அதிகமும் பேசாத பகுதி. குழந்தைகள் தாங்கள் கொள்ளும் குற்ற உணர்வும் கூட இதுபோன்ற விசயங்களுக்கு குழந்தைகளை நகர்த்துகிறது என்பது அவர்களோடு உரையாடும் சமயங்களில் என்னால் புரிந்துகொள்ள முடிகிறது" என்று மின்னஞ்சல் செய்திருந்தார். 'ஆசிரியர்கள் மட்டுமே பொறுப்பாளிகள் அல்ல' கட்டுரை வெளியானபோது, "பகுத்தறிவோடு எழுதப்பட்ட கட்டுரை" என்றார் கலகல வகுப்பறை சிவா.

★★★★

இந்து தமிழ் திசை நாளிதழின் நடுப்பக்கத்தில் (10), இணைப்பிதழில் (05) இணையபக்கத்தில் (05) மற்றும் காமதேனு மின்னிதழில் (01) வெளியான எனது 21 கட்டுரைகள் இத் தொகுப்பில் உள்ளன.

குழந்தை பிறக்கும் முன், பிறந்த பின், குழந்தைப் பருவம், பதின்பருவம் என கட்டுரைகள் விரிகின்றன. தொடர்ந்து, மாணவர்களின் உருவாக்கத்தில் பங்கேற்கும் ஆசிரியர்கள், பள்ளி நிர்வாகம், கற்பித்தல் முறை குறித்த கட்டுரைகள் உள்ளன. அதற்கடுத்த கட்டுரைகள், குழந்தைகளுக்காகத் திட்டமிட நம்மை அழைக்கின்றன.

கட்டுரைகள் வெளிவந்தபோது அது குறித்து மாணவர்களிடம் அல்லது தங்கள் பிள்ளைகளிடம் கலந்துரையாடுவது எப்படி என்று சிலர் கேட்டார்கள். அவர்களிடம்,

1. கட்டுரையை நீங்கள் நன்றாக ஒன்றிரண்டு முறை வாசியுங்கள். அது குறித்தான மேலும் சில தகவல்களைச் சேகரியுங்கள். கலந்துரையாடும் வழிமுறைகளைத் திட்டமிடுங்கள்.

2. மாணவர்களுக்கு நகலெடுத்துக் கொடுத்து வாசித்து வரச் சொல்லுங்கள்.

3. உளவியல் குறித்து கலந்துரையாடும்போது, எந்த தலைப்பாக இருந்தாலும், கருத்துச் சொல்கிறவர்களை எக்காரணம் கொண்டும் தீர்பிட மாட்டீர்கள், ரகசியம் காப்பீர்கள் என்கிற நம்பிக்கையை அவர்களிடம் ஏற்படுத்துங்கள்.

4. மாணவர்களை மனதளவில் தயார்படுத்துங்கள். ஏனென்றால், சில பிரச்சினைகளைப் பேசும்போது கடந்த கால நிகழ்வுகள் அவர்களின் மனச் சமநிலையைக் குலைக்கலாம். அவ்வாறான நேரங்களில் அவர்களைச் சமநிலைக்குக் கொண்டுவர தயாராக இருங்கள், என்று சொன்னேன்.

உதாரணமாக, தற்கொலைக்கு எதிராக விழிப்புணர்வு தரும், ‘நீயே ஒளி... நீதான் வழி!’ கட்டுரையை மையமாக வைத்து, அவர்களின் கேள்விகள் கீழ்காணுமாறு அமையலாம் என்றேன்!

1. தற்கொலை பற்றி கேள்விப்பட்டிருக்கிறீர்களா?
2. எங்கே? எப்போது? (குடும்பத்தில், நெருங்கிய நண்பர்கள் மற்றும் உறவினர்கள் வட்டாரத்தில் நிகழ்ந்திருக்கலாம். பக்குவமாக கையாள வேண்டும்.)

3. தற்கொலை செய்ததற்கான காரணம் என்ன? (மாணவர்கள் சொல்வதை கரும்பலகையில் ஒவ்வொன்றாக எழுதுங்கள்).

4. தற்கொலைதான் முடிவா? வேறு வழிகளில் சமாளித்திருக்க இயலாதா? (ஒவ்வொரு பிரச்சினை குறித்தும் மாணவர்களைப் பேச வையுங்கள். பிரச்சினைக்கு நேரே தீர்வினை எழுதுங்கள்)

5. தற்கொலை முயற்சியில் தப்பியவர்கள் பேசியதைக் கேட்டதுண்டா? வாழ்வைப் பற்றிய, அவர்களின் கருத்து என்ன?

6. உங்களுக்கோ அல்லது உங்கள் நண்பர்களுக்கோ தற்கொலை எண்ணம் வந்தால் என்னென்ன செய்யலாம்? (கரும்பலகையில் எழுதுங்கள்).

7. தற்கொலை எண்ணம் வந்தால் உளவியல் ஆலோசனைக்கு தொடர்புகொள்ள வேண்டிய உதவி எண் என்ன? (உதவி எண் 104)

8. நீங்கள் வாசித்த கட்டுரையில் என்னென்ன வழிமுறைகள் சொல்லப்பட்டுள்ளன?

9. கட்டுரையில் சொல்லப்பட்டுள்ள பயிற்சியை அந்த வாரத்தில் செய்ய ஊக்கப்படுத்தலாம். சுய ஒழுக்கத்தையும் மன பலத்தையும் அதிகரிக்க அவை உதவும். தேவையான நேரத்தில் கை கொடுக்கும்.

10. கலந்துரையாடல் முடிந்தபிறகு, அடுத்தடுத்த நாள்களில் உங்களோடு தனியாகப் பேசுவதற்கு சில மாணவர்கள் விரும்பலாம். தள்ளிப்போடாமல், விரைவாக பேசுங்கள்.

உதவி செய்வதற்குத்தான் இக்கேள்விகள். மாணவர்களின் பதிலில் புதிய கேள்விகள் எழும். அனைத்தையும் அவர்களுடன் உரையாடுங்கள். நீங்களே ஒரு முடிவைச் சொல்லிவிட்டு, “எனக்காகச் செய்யாதே, உனக்கு சரியென்றால் செய்” என சொல்வது சரியாக இருக்காது. உரையாடல் வழியாக வழிகாட்டுங்கள். அவர்களுக்கான பதிலை அவர்களே கண்டடைவார்கள்.

★★★★

நிறைவாக, கட்டுரைகளை வாசித்து மின்னஞ்சல் செய்த, முகநூல் மற்றும் புலனம் வழியாக கருத்துக்களைப் பகிர்ந்த, மற்றவர்களுக்கு எடுத்துச் சென்ற அனைவருக்கும் நன்றி.

இந்து தமிழ் திசை நாளிதழின் நடுப்பக்க அணியினர், இணைப்பிதழ் மற்றும் காமதேனு மின்னிதழின் பொறுப்பாளர்கள், அவ்வப்போது என் சந்தேகங்களுக்கு விளக்கம் அளித்து மெருகூட்டிய எழுத்தாளரும் பத்திரிகையாளருமான தோழர் ஆதி வள்ளியப்பன், என் ஆசிரியர் ஜோல்னா ஜவஹர், மற்றும் பாரதி புத்தகாலயம் பதிப்பகத்தாருக்கு தோழமையுடன் நன்றி.

வாசியுங்கள்!

மாணவர்களுடன் கலந்துரையாடுங்கள்!!

முடிவெடுக்க வழிகாட்டுங்கள்!!!

தோழமையுடன்,

சு.ம.ஜெயசீலன்,

ஆண்டாவூரணி – 623 308,

மங்கலக்குடி வழி,

இராமநாதபுரம் மாவட்டம்.

பேச & புலனம்: +91 9600 45 7040

*மின்னஞ்சல் :*sumajeyaseelan@gmail.com

நலம் அறிய ஆவல்!

01

தாய்மார்களின் மனநலனை மறந்துவிடக் கூடாது!

கருவுற்றிருக்கும் ஒரு பெண் தான் குழந்தை பெற்றெடுக்கப்போவது குறித்து எப்போதும் மகிழ்ச்சி குறையாமல் இருக்க வேண்டும் என எதிர்பார்க்கிறோம். கரு சுமப்பவள் என்னவெல்லாம் வாசிக்க வேண்டும், யாருடைய இசையை ரசிக்க வேண்டும், என்ன படம் பார்க்கலாம், எதையெல்லாம் சாப்பிடலாம் போன்ற கேள்விகளுக்கு முகநூலில் கணவர்கள் விடை தேடுகிறார்கள். தாயும் சேயும் நலமுடன் இருக்க தன் மகளை அல்லது மருமகளை உடல் பரிசோதனைக்கு தவறாது பெண்கள் அழைத்துச் செல்கிறார்கள். இப்படி உடல்நலனுக்குக் கொடுக்கும் முக்கியத்துவத்தை மனநலனுக்கும் கொடுங்கள் என்கிறது உலகத் தாய்க்குரிய மனநல நாள்.

2015-ஆம் ஆண்டின் பிற்பகுதியில் பல நாடுகளிலிருந்தும் பல்துறைசார் வல்லுநர்கள், கல்வியாளர்கள். செயற்பாட்டாளர்கள், உளவியல் நிபுணர்கள் கலந்துரையாடினார்கள். தாய்க்குரிய மனநலன் குறித்து விழிப்புணர்வு ஏற்படுத்தவும், எல்லா நாடுகளும் கொள்கை முடிவெடுத்து அதைச் செயல்படுத்துவதை உறுதிப்படுத்தவும்

இணைந்து செயல்படத் தொடங்கினார்கள். அதன்படி, 2016-ஆம் ஆண்டிலிருந்து மே மாதத்தின் முதல் புதன்கிழமை தாய்க்குரிய மனநல நாளாகவும், மே மாதம் முழுவதும் தாய்க்குரிய மனநல மாதமாகவும் கடைப்பிடிக்கப்படுகிறது.

தாய்க்குரிய மனநலம்

மனநலம் என்பது, ஓர் ஆணோ அல்லது பெண்ணோ தன்னுடைய திறன் என்ன என உணர்வது, அன்றாட வாழ்வில் ஏற்படும் சராசரி மன அழுத்தத்தைச் சமாளிப்பது, ஆக்கபூர்வமாகவும் பயனுள்ள வகையிலும் வேலை செய்து, தனக்கும் சமூகத்துக்கும் பங்களிப்பு செய்வது, ஒருவருடைய எண்ணங்கள், உணர்வுகள் - செயல்பாடுகள் அந்த நபருடைய உளவியல், உடலியல் - வளர்ச்சியில் எதிர்மறைத் தாக்கத்தை ஏற்படுத்தாமல் இருப்பது என உலக சுகாதார நிறுவனம் வரையறுத்துள்ளது.

பொதுவாக தாய்க்குரிய மனநலன் பராமரிக்கப்படுவதை கருவுற்றிருக்கும் காலம் தொடங்கி குழந்தை பிறந்த 12 மாதங்கள் வரை கவனத்தில் கொள்ளப்படுகிறது. கருவுற்ற பிறகு உடலில் நிகழும் மாற்றங்கள், எதிர்பார்ப்புகள், புதிய சவால்கள், கூடுதலான பொறுப்புகள் போன்றவற்றால் பதற்றமும் மனச்சோர்வும் இயல்பாகவே பெண்களுக்கு ஏற்படுவதை ஆய்வுகள் வெளிப்படுத்துகின்றன.

இந்தியப் பெண்களின் நிலை

கருவுற்றுள்ள பெண்களிடமும், குழந்தை பெற்று 12 மாதங்கள் தாண்டாத பெண்களிடமும் இதுவரை குறைந்த ஆய்வுகளே இந்தியாவில் நடத்தப்பட்டுள்ளன. இந்தியத் தாய்மாரின் மனநலனைப் பாதிக்கும் காரணிகளாக பொருளாதாரச் சிக்கல், பெற்றோர் ஏற்பாடு செய்யாத திருமணங்கள், திருமண முரண்பாடுகள், ஆண் குழந்தை வேண்டும் என்கிற எண்ணம், ஏற்கெனவே கரு கலைந்த துயர அனுபவம், குழந்தை இறந்து பிறப்பது, சிறப்புக் குழந்தையாகப் பிறப்பது, குடும்ப வன்முறை, கணவர் மதுவுக்கு அடிமையாக இருப்பது ஆகியவற்றை இதுவரையிலான இந்திய ஆய்வுகள் கண்டறிந்துள்ளன.

கருவுற்றிருக்கும் பெண்களிடம், தென்னிந்திய அளவில் 2019இல் ஆய்வு நடத்திய மருத்துவர் சுவர்ன ஜோதி குழுவினர், கருவைச் சுமக்கும் பெண்களிடம் மனச்சோர்வு அல்லது அதீதப் பதற்றம்

(Generalized Anxiety Disorder) அல்லது மனச்சோர்வும் அதீத பதற்றமும் சேர்ந்தே இருப்பதாகத் தெரிவித்துள்ளார்கள்.

தாய்க்குரிய அவதிகள்

கருவுற்றிருக்கும் பெண்ணுக்கு மனநலச் சிக்கல் ஏற்படுவதற்கு இன்னும் பல காரணிகள் இருக்கின்றன. பெண்ணுக்கு இருக்கும் நோய், குழந்தை பெற்றெடுப்பது குறித்து சிறுவயது முதல் கேட்ட கதைகளின் தாக்கம், ஏற்கெனவே குழந்தை பெற்றபோது ஏற்பட்ட பயம், திட்டமிடப்படாத கர்ப்பம், உடல் - உணர்வு ரீதியிலான குடும்ப வன்முறை, கிராமத்தில் இருந்து நகரத்தில் குடியேறிய தாயின் தனிமை, கணவர் கைவிட்டுவிட்டதால் தனி ஆளாகக் குழந்தையை வளர்ப்பது, குழந்தைக்குத் தன்னால் ஏதும் தவறு நேர்ந்துவிடுமோ என்கிற பயம் என்பன போன்ற எண்ணற்ற காரணங்கள் தாயின் மன சமநிலையைக் குலைக்கின்றன. இவற்றைக் கவனிக்காமலும், சிகிச்சை அளிக்காமலுமே நாம் பெரும்பாலும் கடந்து போகிறோம்.

மனநலச் சிக்கல்கள்

வாழ்க்கையில் மற்ற நேரத்தில் ஏற்படும் மனச்சோர்வுக்கான அதே அறிகுறிகளைத்தாம் கருவுற்றிருக்கும் பெண்களிடமும், குழந்தை பெற்றெடுத்த அன்னையரிடமும் பார்க்கிறோம். உதாரணமாக தூக்கக் குறைபாடு, பசியில் மாற்றம், கவனம் செலுத்த இயலாமை, ஒவ்வொரு நாளும் வெவ்வேறு மாதிரியான மனநிலை, எரிச்சல் போன்றவை வருகின்றன. கூடுதலாக, குழந்தையைச் சரிவரப் பார்த்துக்கொள்ள இயலவில்லையே எனும் குற்ற உணர்வுக்கும் மனச்சோர்வு உள்ளவர்கள் ஆளாகிறார்கள்.

தாங்கள் மனச்சோர்வுடன் இருப்பதை வெளிப்படுத்த அன்னையர்கள் தயங்குவதாகவும், தங்களை 'நோயாளி' அல்லது 'மோசமான தாய்' என முத்திரை குத்திவிடுவார்கள் என அச்சப்படுவதாகவும் ஆய்வுகள் தெரிவிக்கின்றன. பொருளாதாரத்தில் ஏழ்மையான அல்லது நடுத்தரமான நாடுகளில் மட்டுமல்ல, வளர்ச்சி அடைந்த நாடுகளிலேயேகூட 10 -15 விழுக்காடு பெண்கள் மனநலச் சிக்கலுக்கு உள்ளாகியுள்ளார்கள்.

தாயின் மனநலச் சிக்கலுக்குச் சரியான நேரத்தில் சிகிச்சை அளிக்காவிட்டால், கரு நிறைவாக வளராதது, குறைந்த எடையுடன் பிறப்பது, குறைப் பிரசவம், நோய்த்தொற்று எளிதில் குழந்தைகளைத்

தாக்குவது எனப் பல வகைகளில் குழந்தைகளும் பாதிக்கப்படுகிறார்கள். இக்குழந்தைகள் வளர்ந்த பிறகு, சமூகத்தில் பிறருடன் இயைந்து பழகுவதிலும் தடுமாற்றங்களைச் சந்திக்கிறார்கள்.

ஆதரவு குழுக்கள்

மனநலச் சிக்கலில் உள்ள கருவுற்ற பெண்களுக்கு இந்தியாவில் போதுமான 'சமூக ஆதரவு' கிடைப்பதில்லை என மருத்துவர் சுவர்ன ஜோதி தன்னுடைய ஆய்வில் குறிப்பிடுகிறார். அதேவேளையில், தாயின் மனநலனை மீட்டெடுப்பதில் ஆதரவு குழுக்களுக்கு (Support Groups) மிகப்பெரிய பங்கு இருப்பதாக உலக அளவில் எண்ணற்ற ஆய்வுகள் உறுதிப்படுத்துகின்றன. 'ஆதரவு குழுக்கள்' கூடும்போது, 'நான் தனியாக இல்லை' என்னும் நம்பிக்கையை ஒரு தாய் பெறுகிறார்.

கணவர்களும் மனைவிகளும் கூடுகின்ற 'ஆதரவு குழு' கூட்டங்களில் கஷ்டங்களைச் சமாளிக்கிற நுணுக்கங்களையும் வழிமுறைகளையும் அறிவதோடு, சிறப்பாக செயல்படுதவற்கான பாராட்டுகளையும் அவர்கள் பெறுகிறார்கள். யாரும் நம்மைத் தவறாக நினைப்பார்களோ என்னும் கலக்கமின்றி தங்களின் பயத்தையும், தேவைகளையும் பற்றிக் கலந்துரையாடுகிறார்கள் என்கிறார் மனச்சோர்வு குறித்து தொடர்ந்து ஆய்வு நடத்திய உளவியலாளர் ஆரோன் பெக்.

நாம் சொல்ல வேண்டியது

பதற்றத்தோடும், மனச்சோர்வுடனும் இருக்கும் அன்னையரிடம் நாம் அடிக்கடி சொல்ல வேண்டிய மூன்று நல்வாக்கியங்கள்;

(1) நீங்கள் தனியாக இல்லை. நண்பர்களும் உறவினர்களும் உங்களோடு இருக்கிறோம்.

(2) உங்களுக்கு ஏற்படும் பதற்றத்துக்கும் மனச்சோர்வுக்கும் உங்களை நீங்களே குற்றம் சுமத்திக்கொள்ள வேண்டியதில்லை.

(3) உங்களுக்கு உதவி செய்வதற்கும் வழிகாட்டுவதற்கும் மருத்துவர்களும், மனநல ஆலோசகர்களும் இருக்கிறார்கள்.

ஜூன், 01, 2021

02

தாய்ப்பாலின் உன்னதம் அறிவோம்!

குழந்தைகளுக்குத் தாய்மார்கள் கொடுக்கும் உன்னதப் பரிசு தாய்ப்பால். குழந்தை பிறந்த முதல் மூன்று நாட்களில் கிடைக்கும் சீம்பால் விலைமதிப்பற்றது தாய்ப்பாலில் எல்லாவகையான ஊட்டச்சத்து, உயிர்ச்சத்து, புரதச்சத்து அதிகமாக இருப்பதால் குழந்தைகளின் முழுமையான உடல், மன வளர்ச்சிக்கு தாய்ப்பால் காரணமாகிறது.

இரைப்பை சார்ந்த சிக்கல்கள், நிமோனியா, நீரிழிவு, வயிற்றுப்போக்கு உள்ளிட்ட நோய்களிலிருந்து குழந்தைகளைப் பாதுகாப்பதுடன் சுவாசத் தொற்றிலிருந்தும் ஒவ்வாமையிலிருந்தும் தாய்ப்பால் காக்கிறது. ஞாபக சக்தி, சிந்தனைத் திறன், அறிவுக் கூர்மை அதிகரிக்கிறது. பிறருடன் பழகுவதற்கும், தங்கள் உணர்வுகளை குழந்தைகள் ஒழுங்குபடுத்துவதற்கும் உதவுகிறது. மூளை வளர்ச்சிக்கும் தாய்ப்பால் குடிப்பதற்குமான தொடர்பை நிறைய ஆய்வுகள் நிரூபித்துள்ளன. குறிப்பாக, தொடர்ந்து தாய்ப்பால் குடிக்கும் குழந்தைகளுக்கு நரம்பு காப்புறை (*Myelin*),

மூளையின் முழு அளவு, பெருமூளைப் புறணியின் அடர்த்தி, நரம்பு வெண்திசுவின் அளவு போன்றவை விரைவாக வளர்கின்றன. நரம்பிழைகள் (Axon) வழியாக தகவல் பரிமாற்றம் விரைவாக நடப்பதற்கு நரம்பு காப்புறையாக்கம் (Myelination) மிகவும் முக்கியமானதாகும்.

தாய்ப்பால் கொடுப்பது என்பது மார்பகப் புற்றுநோய், கருப்பைப் புற்றுநோய், நீரிழிவு, குழந்தை பெற்றெடுத்த பிறகு ஏற்படும் மனச்சோர்வு போன்ற பிரச்சனைகளில் இருந்து தாய்மார்களைப் பாதுகாக்கிறது. குழந்தைப் பேற்றிற்குப் பிறகு மாதவிடாய் ஏற்படுவதை, கருப்பையில் கருமுட்டை உருவாவதைத் தாமதப்படுத்துகிறது. உடலில் எடை இழக்க உதவுகிறது. நீண்ட நல்ல உறக்கம் தருகிறது. குழந்தை பிறந்த ஒருமணி நேரத்திற்குள் தாய்ப்பால் கொடுக்கும்போது ஆக்ஸிடோஸின் ஹார்மோன் சுரந்து தாயின் கர்ப்பப்பை எளிதாகச் சுருங்கி இரத்தப்போக்கு குறைகிறது.

மேலும், தாய்ப்பால் கொடுப்பது, பதட்டம், மன அழுத்தம், எதிர்மறை மனநிலை மற்றும் இரத்த அழுத்தத்தைக் குறைக்கிறது. தங்கள் உணர்வுகளை ஒழுங்குபடுத்த உதவுவதால், மற்றவர்களுடனான நட்பும் உறவும் வலுப்படுகிறது. தாய்ப்பால் கொடுக்கும்போது, தாய்மார்கள், குழந்தைகளை அதிகமாகத் தொடுவதாலும், குழந்தைகளின் தேவைகளை அதிகம் கவனிப்பதாலும், அதிகநேரம் முகமுகமாய் பார்த்துக்கொள்வதாலும் அவர்களுக்குள் பாசப் பிணைப்பு அதிகரிக்கிறது.

“குழந்தை பிறந்த ஒரு மணி நேரத்துக்குள் தாய்ப்பால் கொடுக்கத் தொடங்க வேண்டும். வேறு உணவோ, பானமோ ஏன் ஆறு மாதம் வரை தண்ணீர்கூட கொடுக்காமல் தாய்ப்பால் மட்டுமே கொடுக்கவேண்டும். அதன் பிறகு, இரண்டு ஆண்டுகள் வரை அல்லது அதற்கு மேலும் தாய்ப்பால் மற்றும் அதனுடன் இணைந்து செல்கிற மற்ற உணவுகளையும் சேர்த்துக் கொடுக்க வேண்டும்” என ஐக்கிய நாடுகளின் சிறுவர் நிதியம் (UNICEF) சொல்கிறது. பாலூட்டுவதை அதிகரிப்பதன் வழியாக, உலக அளவில் ஐந்து வயதுக்குள்ளாக இறக்கும் 820,000 குழந்தைகளைக் காப்பாற்ற முடியும், 20,000 தாய்மார்களுக்கு மார்பகப் புற்றுநோய் வராமல் தடுக்க முடியும் எனவும் ஐ.நா.வின் சிறுவர் நிதியம் குறிப்பிடுகிறது.

குழந்தைகளுக்குத் தாய்ப்பால் கொடுப்பது தொடர்பாக 123 நாடுகளில் ஆய்வு செய்த யுனிசெஃப்-ன் ஊட்டச்சத்துப் பிரிவு, 95% குழந்தைகளுக்கு தாய்ப்பால் எப்போதும் கிடைப்பதாகச் சொல்கிறது.

குறைந்த வருமானம், நடுத்தர வருமானம் உள்ள நாடுகளில் 4% குழந்தைகளுக்கும், அதிக வருமானம் உள்ள நாடுகளில் 21% குழந்தைகளுக்கும் தாய்ப்பால் கிடைக்கவேயில்லை. ஒவ்வொரு நாட்டிலும் தனித்தனியாக மேற்கொண்ட ஆய்வில், பணக்கார நாடுகளில் ஏழை மக்களும், ஏழை அல்லது நடுத்தர நாடுகளில் வருமானம் உள்ளவர்களும் தாய்ப்பால் கொடுப்பதைத் தவிர்ப்பதாகவும் தெரியவந்துள்ளது.

இந்தியாவில், பிறந்த ஒரு மணி நேரத்தில் 42% குழந்தைகளுக்குத்தான் தாய்ப்பால் கிடைக்கிறது. 55% குழந்தைகளே 0-6 மாதம் வரை தாய்ப்பால் மட்டும் குடிக்கிறார்கள். தாய்ப்பால் கிடைத்தால் ஆண்டுக்கு ஒரு லட்சம் குழந்தைகளை, குறிப்பாக வயிற்றுப்போக்கினாலும் நிமோனியாவினாலும் பலியாகாமல் காப்பாற்ற முடியும்.

தாய்ப்பால் கொடுக்க இயலாமை

தாய்ப்பால் கொடுப்பதன் அவசியம் எல்லா தாய்மார்களுக்கும் தெரியும். குழந்தை பெற்ற அனைவராலும் தாய்ப்பால் கொடுக்க இயலாது என்கிற உண்மையை நாம் ஏற்றுக்கொள்ள வேண்டும்.

பாதியில் நிறுத்துதல்: ஆர்வத்துடன் தாய்ப்பால் கொடுக்க ஆரம்பித்தாலும் பால்காம்பில் புண், வெடிப்பு, இரத்தம் வருதல், தாங்கமுடியாத வலி, மார்பில் தொற்று ஏற்படல், சீழ் உருவாதல், போதுமான பால் இல்லாமை, தொடர்ச்சியாக பால் வருவதில் சிக்கல், பலமணி நேரம் குழந்தையைப் பிரிந்திருக்க வேண்டிய பணிச்சூழல் உள்ளிட்ட காரணங்களால் குறுகிய காலத்திலேயே தாய்ப்பால் கொடுப்பதை சிலர் நிறுத்துகிறார்கள்.

கொடுக்கக் கூடாது: கதிர்வீச்சு சிகிச்சை பெறுகிறவர்கள், தீவிர தொற்று, காசநோய் உள்ளவர்கள், குறிப்பிட்ட சில உடல், மன நோய்களுக்காக மருந்து சாப்பிடுகிறவர்கள், கீமோதெரபி எடுக்கிறவர்கள், போதைப்பொருள், மதுவுக்கு அடிமையானவர்கள் தாய்ப்பால் கொடுக்கக்கூடாது. ஹெர்பஸ் சிம்ப்ளக்ஸ் வைரஸ் (Herpes simplex) பாதிப்புள்ளவர்கள் தாய்ப்பால் கொடுக்கலாம் என்றாலும் பால்காம்பில் வெடிப்போ புண்ணோ இருந்தால் கொடுக்கக் கூடாது.

கொடுக்க முடியாது: பால் கொடுக்கும் ஆவல் இருந்தாலும் பால் சுரக்கத் தூண்டுகின்ற சுரப்பி (prolactin) குறைவாக இருப்பவர்கள்,

பால் சுரக்கும் திசுக்கள் (Glandular tissue) போதுமான அளவு வளர்ச்சி பெறாதவர்கள், அறுவை சிகிச்சை மூலமாக மார்பளவு குறைக்கப்பட்டிருப்பவர்கள் பால் கொடுக்க முடியாது. மேலும், கற்பழிப்பு, பாலியல் துன்புறுத்தல் போன்ற முந்தைய கொடூரங்கள் பாலூட்டும்போது நினைவுக்கு வரும் என்றால் அப்பாதிப்புக்கு உள்ளானவர்களால் பால் கொடுக்க முடியாது.

இயலாமையின் உளவியல் தாக்கம்

தாய்ப்பால் கொடுக்க முன்கூட்டியே முடிவெடுத்து அதை வெற்றிகரமாக நிறைவேற்றியவர்களுக்கு, குழந்தை பிறந்த பிறகான மனச்சோர்வு குறைவாக இருப்பதை ஆய்வுகள் நிரூபித்துள்ளன. தாய்ப்பால் கொடுக்கும் ஆசை தடைபடும்போது தீவிரமான உளவியல் தாக்கம் ஏற்படுகிறது. தாய்ப்பால் சுரப்பதிலும், குழந்தை பால் குடிப்பதிலும் சிரமம் ஏற்பட்டு, மருத்துவர்களும் பெரியவர்களும் சொன்ன பல்வேறு வழிமுறைகளையும் செய்து பார்த்த பிறகும் தீர்வு கிடைக்காதபோது தாய் முற்றிலும் சோர்ந்துபோகிறார். பால் கிடைக்காமல் தன் குழந்தை அழும்போதும், குழந்தைக்குத் தேவையான அளவு பால் சுரக்காதபோதும் கவலையும் விரக்தியும் மனச்சோர்வை அதிகரிக்கின்றன.

தாய்ப்பால் கொடுக்கிற அம்மாதான் "நல்ல அம்மா" என்கிற எண்ணம் நம் சமூகத்தில் ஆழமாக வேரூன்றி இருப்பதால், கொடுக்க இயலாதவர்கள் தங்களைக் குற்றவாளிகளாக, தோற்றுப் போனவர்களாக, மோசமான அம்மாக்களாக நினைத்து குற்ற உணர்வுக்குள் உழல்கிறார்கள். போதாமையாலும், ஏமாற்றத்தாலும் கவலைப்படுகிறார்கள். உறவினர்களின், நண்பர்களின் கேள்விகளாலும், பார்வைகளாலும் தேவையற்ற அழுத்தத்தைச் சுமக்கிறார்கள். அவமானத்திலும், கோபத்திலும் கூடுதலாக மனச்சோர்வுறுகிறார்கள். இது, பால் சுரப்பதை மேலும் பாதிக்கிறது. "தாய்ப்பால் வழியாக கரோனா பரவுவதில்லை, தாய்க்கு கரோனா தொற்று இருந்தாலும் போதுமான முன்னெச்சரிக்கையுடன் தாய்ப்பால் கொடுக்கலாம், தடுப்பூசி போட்டுக்கொள்ளலாம் என நிறைய ஆய்வுகள் நிரூபித்துள்ளன" எனச் சொல்கிறது ஐக்கிய நாடுகளின் சிறுவர் நிதியம் (UNICEF). ஆனாலும், உண்மைக்குப் புறம்பான செய்தியைக் கேட்கும் தாய் பதற்றத்துடனேயே இருந்ததை கரோனா கால ஆய்வுகள் சொல்கின்றன.

அரசாங்கமும் தொண்டு நிறுவனங்களும் மருத்துவர்களும் தாய்ப்பாலின் முக்கியத்துவத்தை அறிவுறுத்துகிற அதே வேளையில், தாய்ப்பால் கொடுப்பதில் உள்ள சிக்கல்களையும், கொடுக்க இயலாது துயருறுகிறவர்கள் தாங்களாக மீண்டு வருவதற்கான வழிமுறைகளையும் கற்றுக்கொடுக்க வேண்டும். பெண்களைச் சங்கடப்படுத்துகின்ற சமூகத்தின் மனப்பான்மையை மாற்ற தாய்ப்பால் கொடுக்க இயலாததால் ஏற்படும் உளவியல் பிரச்சனைகளைச் சொல்லி அறிவூட்ட வேண்டும். அக்கறை எனும் பெயரில் கேள்வி கேட்டு காயப்படுத்துவதை நிறுத்த வேண்டும். உடல், மன, மருத்துவ மற்றும் தனிப்பட்ட காரணங்களால் தாய்ப்பால் கொடுக்க இயலாதவர்களின் முடிவை நாம் மதிப்பது தாயின் மன நலனை மேம்படுத்தும், உடல் நலனை உறுதிப்படுத்தும், குழந்தைகளை ஆரோக்கியமாக வளர்க்க உதவும்.

ஆகஸ்ட், 04, 2021

03

ஆட்டிசம் அறிவோம்

ஆட்டிசம் பாதித்துள்ள 13 வயது மும்பை சிறுமி ஜியாராய், தலைமன்னாரில் இருந்து தனுஷ்கோடி வரையிலான 29 கிலோமீட்டர் தூரத்தை 13.05 மணி நேரத்தில் 2022-ஆம் ஆண்டு நீந்திக் கடந்தார். ஆட்டிசம் விழிப்புணர்வுக்காக அவர் செய்த சாதனையும், ஆட்டிசம் குறித்தான மருத்துவ ஆய்வுகளும் நம்பிக்கை அளித்தாலும், இது பற்றிய தொடர் விழிப்புணர்வு அவசியம் தேவைப்படுகிறது.

ஆட்டிசம் என்றால் என்ன?

ஆட்டிசம் என்பது மூளை நரம்பு வளர்ச்சி சார்ந்த குறைபாடுகளுள் ஒன்று, நோயல்ல. குழந்தை பள்ளிக்குச் செல்வதற்கு முன்பாகவே இது வெளிப்படத் தொடங்கிவிடும். குழந்தை வளரும்போது, தன்னளவிலும், பிறருடன் பழகுதலிலும், கற்றல் - ஒருங்கிணைப்புத் திறனிலும் பாதிப்பை ஏற்படுத்தும். பொதுவாகவே, குழந்தையின் வளர்ச்சி குறித்த பரிசோதனையின்போது, வளர்ச்சியில் ஏற்படும்

தாமதத்தையும், குறைகளையும், அதீத வேகத்தையும் மருத்துவர்கள் கவனத்தில் கொள்வர்.

ஆட்டிசத்தைப் பொறுத்தவரையில், குழந்தைகள் பிறருடன் பழகுவதிலும், தகவல் பரிமாறிக்கொள்வதிலும் தாமதம் ஏற்படும். இதனால், நீங்கள் பெயர் சொல்லிக் கூப்பிடும்போது குழந்தை திரும்பிப் பார்க்காது. நீங்கள் விளையாட்டுக் காட்டும்போது சிரிக்காது. 'இங்கே வா', 'அங்கே பார்', என்று சைகையால் சொல்லும்போது, எதுவும் செய்யாமல் அப்படியே இருக்கும். பேசுகிறவரின் குரல் தொனியைப் புரிந்து நடந்துகொள்ளாது, பால் புகட்டும் தாயின் முகத்தைப் பார்க்காது, மற்றவர்கள் செய்வதைப்போலச் செய்யாது. மேற்சொன்னவற்றுடன் சேர்த்து கீழ்க்காண்பவை அதிகமாக இருக்கும்:

- ஒரே செயலை திரும்பத்திரும்பச் செய்வது (*repetitive behaviors*): உதாரணமாக, கையை ஆட்டிக்கொண்டே இருப்பார்கள், பேசிய வார்த்தைகளையே திரும்பத்திரும்ப பேசுவார்கள். பொம்மையை வரிசைப்படுத்திக் கொண்டே இருப்பார்கள். கதவுகளைத் திறப்பதும் மூடுவதுமாக இருப்பார்கள்.
- ஒன்றை மட்டுமே செய்வது அல்லது ஒன்றில் மட்டுமே ஆர்வமாக இருப்பது (*restricted interests*): உதாரணமாக, ஒரே மாதிரி உணவை, ஒரே மாதிரி உடையை விரும்புவார்கள்.
- எல்லாம் ஒரே மாதிரி இருக்க வேண்டும் (*sameness*): உதாரணமாக, பொருள்கள் அனைத்தும் அதே இடத்தில் இருக்க வேண்டும். வீட்டில், அன்றாட காரியங்களில் சிறிய மாற்றத்தைக்கூட ஏற்றுக்கொள்ள மாட்டார்கள்.

இணைந்து நிகழும் குறைபாடு

ஆட்டிசம் உள்ள பலரும், 'இணைந்து நிகழும் குறைபாடுகளுடனேயே' (*co-occurring conditions*) வாழ்கிறார்கள். இக்குறைபாடுகள், எல்லாருக்கும் ஒரே மாதிரி இருப்பதில்லை என்றாலும், இரைப்பைக் குடல்சார் கோளாறுகள், தூக்கக் கோளாறுகள், வலிப்பு, பதற்றம், கவனக் குறைவு, மீச்செயற்பாடு கோளாறு போன்றவை உடல்நலத்திலும், நல்வாழ்விலும் அதிக தாக்கத்தை ஏற்படுத்துகின்றன. டவுன் சிண்ட்ரோம் மரபணு நோயால் பாதிக்கப்பட்ட குறிப்பிட்ட சதவீதத்தினருக்கு, இணைந்து நிகழும் குறைபாடாக ஆட்டிசம் உள்ளதை சமீபத்திய ஆய்வு நிரூபித்துள்ளது.

காரணங்கள்

ஆட்டிசம் பாதிப்புக்கு இதுதான் காரணமென்று எதையும் குறிப்பிட்டுச் சொல்ல முடியாது. மரபணு சார்ந்த, மரபணு சாராத அல்லது சுற்றுச்சூழல் காரணிகள் முக்கிய பங்குவகிக்கின்றன.

மரபணு சார்ந்த காரணம்: குறிப்பிட்ட சில மரபணுக்களில் ஏற்படும் மாற்றங்கள் குழந்தைக்கு ஆட்டிசம் வருவதற்கான வாய்ப்பை அதிகரிக்கின்றன. பெற்றோருக்கு ஆட்டிசம் இல்லாவிட்டாலும், இந்த மரபணு மாற்றங்களில் ஒன்று அல்லது அதற்கு மேற்பட்ட மாற்றங்கள் பெற்றோருக்கு இருந்தால் அவை குழந்தைக்குக் கடத்தப்படலாம்.

மரபணு சாராத காரணம்: மிகவும் தாமதமான குழந்தைப்பேறு (தாய் தந்தை இருவருமோ அல்லது ஒருவரோ), கருவுற்றிருக்கும்போதும், குழந்தை பிறக்கும்போதுமான சிக்கல்கள் (உதாரணமாக, மிகவும் குறை மாதத்தில் பிறப்பது), குழந்தையின் எடை, இரண்டு, மூன்று குழந்தைகள் ஒரே பிரசவத்தில் பிறப்பது, ஒரே ஆண்டுக்குள் மறுபடியும் கருவுறுவது போன்றவை காரணமாகின்றன.

சுற்றுச்சூழல் காரணிகள்: காற்றில் மாசு ஏற்படுத்தும் வாகனங்கள் வெளியிடும் புகை, வடிகட்டாமல் வெளிவரும் தொழிற்சாலை புகை போன்றவற்றில் இருக்கும் துகள்கள் PM2.5 அளவில் இருக்கும். இரண்டரை மைக்ரான் அல்லது அதைவிட அளவு சிறியதாக இருக்கும் துகள்கள் (PM2.5) மிகவும் ஆபத்தானவை. இவை மிகமிக சிறிய அளவாக இருப்பதால், மிக எளிதாக நாசித்துவாரத்தின் வழியாக உடலுக்குள் சென்றுவிடுகின்றன. அதில் உள்ள பல்வேறு நச்சுப்பொருட்கள் சுவாசக் குழாயின் முடிவில் சேர்கின்றன. இவ்வாறு படியும் துகள்கள் நுரையீரலுக்குத் தீங்கு விளைவிப்பதோடு உடலின் பிற பாகங்களுக்குப் பரவ ஆரம்பிக்கையில் பல்வேறு உடல்நலக் குறைவுகளுக்குக் காரணமாக அமைகின்றன. இத்துகள்கள் குழந்தைகள் ஆட்டிசத்துடன் பிறக்கவும் காரணமாக உள்ளதை ஆய்வுகள் நிரூபித்துள்ளன.

கண்டுபிடிக்கும் வழிமுறை

ஆட்டிசம் பாதிப்பைக் கண்டுபிடிப்பது சவாலானது. ரத்தப் பரிசோதனைபோல எளிய கருவிகளின் மூலம் இதைக் கண்டறிந்துவிட இயலாது.

(1) மருத்துவர்கள், குழந்தையின் வளர்ச்சிப் படிநிலை - செயல்பாடுகள் உள்ளிட்டவற்றைக் கேட்டுப் பார்த்து அதனடிப்படையிலேயே முடிவெடுக்கிறார்கள்.

(2) ஆட்டிசம் பாதிப்புக்கு ஃபிரஜைல் எக்ஸ் நோயியம் (Fragile X syndrome) முக்கியக் காரணமாக இருக்கிறது. மற்ற குழந்தைகளுடன் ஒப்பிடும்போது, தவழ்வது, உட்கார்வது, ஓடுவது, குதிப்பது, பந்து எறிவது, படியேறுவது, புதிய வார்த்தைகளைப் பேச முயல்வது, நினைவாற்றல், போன்றவை இந்தக் குறைபாடு உள்ள குழந்தைகளுக்கு தாமதப்படும். எஃப்எம்ஆர்1 மரபணுவில் ஏற்படும் மாற்றங்களே இக்குறைபாட்டுக்குக் காரணம். எஃப்எம்ஆர்பி எனும் புரதம் சிறு வயதில் மூளை வளர்ச்சியைத் தூண்டுவதில் முக்கிய பங்கு வகிக்கிறது. உடலில் இந்த புரதத்தைத் தயாரிக்க எஃப்எம்ஆர்1 மரபணு தேவை. ஒருவேளை, எஃப்எம்ஆர்1 மரபணுக்கள் பிழையாக இருந்தால் எஃப்எம்ஆர்பி புரதத்தைத் தயாரிக்க முடியாது. எனவே, ரத்தத்தில் எஃப்எம்ஆர்1 மரபணு பிழையற்று இருக்கிறதா எனப் பரிசோதித்தால் அவருக்கு அல்லது அவரின் வாரிசுகளுக்கு ஆட்டிசம் ஏற்படச் சாத்தியமுள்ளதா என்பதை அறிந்துகொள்ளலாம்.

(3) மரபணு பரிசோதனையானது, ஆட்டிசத்துடன் ‘இணைந்து நிகழும் குறைபாடுகளை’ ஆழமாகப் புரிந்துகொள்ளக் கதவுகளைத் திறந்துவிட்டுள்ளது. மரபணு பரிசோதனை எல்லாருக்கும் பதில்களைத் தருவதில்லை. ஆனால், ஆட்டிசத்துக்கான காரணமாக எதுவெல்லாம் இருக்கலாம் என்பதைச் சொல்லவும், ‘இணைந்து நிகழும் குறைபாடுகள்’ ஏற்படுத்தும் மருத்துவம் சார்ந்த எதிர்கால விளைவுகளை வெளிப்படுத்தவும் உதவுகிறது. தீவிர நோயுடன் தொடர்புடைய மரபணு மாற்றங்கள் ஒருவரிடம் இருக்கின்றன எனத் தெரிந்தால், மிகவும் கவனமாக வாழ்க்கை முறையை அமைத்துக்கொள்வார்தானே. மேலும், ஆட்டிசத்துடன் தொடர்புடைய ‘இணைந்து நிகழும் குறைபாடுகளுக்கு’ காரணமான மரபணுக்களை அடையாளம் காணவும் இந்த மரபணு சோதனை பயன்படும்.

சிகிச்சை முறைகள்

குறிப்பிட்ட சிகிச்சை ஏதும் ஆட்டிசத்துக்கு இதுவரை இல்லை. முடிந்த அளவு சிறப்பான வாழ்வை வாழ்வதற்கான பயிற்சிகளே இருக்கின்றன.

- பொதுவெளியில் எப்படி நடந்துகொள்ள வேண்டும், எப்படிப் பேச வேண்டும் என்பதை சிறிது சிறிதாகச் சொல்லிக்கொடுக்கலாம்.
- மொழிப் பயிற்சி, பேச்சுப் பயிற்சி, அறிவுத் திறன் பயிற்சி, கல்வி - உளவியல் சார்ந்த பயிற்சிகளுக்குத் தொடக்கத்திலேயே திட்டமிடலாம்.
- குழந்தைகளுடன் அமர்ந்து அவர்களின் விதிமுறைப்படி விளையாடலாம். பிறகு மெல்ல ஒரு வார்த்தையை அல்லது ஒரு பொம்மையை அறிமுகப்படுத்தலாம். ஊக்கப்படுத்தலாம். படிப்படியாக, கவனம் செலுத்துவது எப்படி, தொடர்புகொள்வது எப்படி என்பனவற்றைக் கற்றுக்கொடுக்க இது உதவும்.
- ஆட்டிசம் இல்லாத குழந்தைகளுடன் அவ்வப்போது இணைந்து விளையாடவைப்பது தன்னம்பிக்கை ஊட்டும்.
- குளிப்பது, உண்பது, உடுத்துவது, எப்படித் தொடர்புகொள்வது போன்ற வாழ்வுக்கான அடிப்படைத் திறன்களைக் கற்றுக்கொடுக்கலாம். இயன்ற அளவு யாருடைய உதவியும் இல்லாமல் அவர்கள் வாழ இது உதவலாம்.
- விளையாட்டுப் பொருட்களை வைத்து, கேள்வி கேட்கவும் அதன் வழியாக எண்ணத்தைப் பகிரவும் பழக்கலாம்.

தமிழ்நாடு அரசானது ஆட்டிசம் குறித்த விழிப்புணர்வைப் பரவலாக்கவும், மருத்துவம் பயிலச் சிறு வயதிலிருந்து கனவு காணும் மாணவர்களை மருத்துவ ஆய்வு நோக்கி ஊக்கப்படுத்தவும் வேண்டும். தூசியைக் குறைக்கத் திட்டமிட வேண்டும். கருவுற்றிருக்கும் பெண்களுக்கு, எஃப்எம்ஆர்1 மரபணு பரிசோதனையைக் கட்டாயமாக்க வேண்டும். ஆட்டிசம் வருவதற்குச் சாத்தியமுள்ளதை முன்னரே அறிந்துகொண்டால், மனதைப் பக்குவப்படுத்தவும், குழந்தைக்குத் தேவையான பயிற்சி குறித்துத் திட்டமிடவும் மிகவும் உதவியாக இருக்கும்!.

அக்டோபர் 08, 2022

04

மனிதக் கடத்தல் பெருங்குற்றம்!

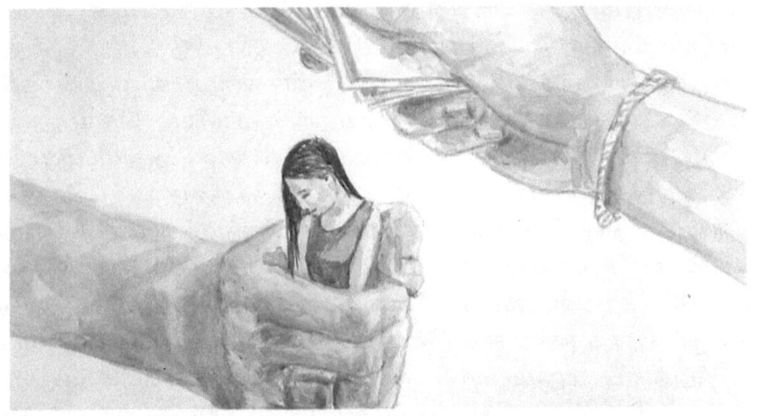

பணத்துக்காக, குழந்தைக்காக, பழிவாங்க, பலிகொடுக்கக் குழந்தைகள் கடத்தப்படுவதைப் பற்றி அடிக்கடி படிக்கிறோம். மனிதர்களைக் கடத்துதல், உலக அளவில் ஒவ்வோர் ஆண்டும் 1.5 பில்லியன் அமெரிக்க டாலர் வருமானம் ஈட்டித்தரும் தொழிலாக இருப்பது பெருங்கொடுமை.

ஏழைகள், மொழி தெரியாதவர்கள், கல்வியறிவற்றவர்கள், பெற்றோரின் அன்பு கிடைக்காதவர்கள், மகிழ்ச்சியற்ற சூழலில் வாழ்கிறவர்கள், வீட்டை விட்டு ஓடிவந்தவர்கள், இயற்கைப் பேரிடர், போர், வன்முறை மற்றும் தொழில் சார்ந்து புலம்பெயர்கிறவர்கள், வீதியில் தங்குகிறவர்கள், உடல் நலமும் மனநலமும் குன்றியவர்களே ஆட்களைக் கடத்துகிறவர்களின் இலக்கு.

வகையும் வழிமுறையும்

ஆட்களைக் கடத்துகிறவர்கள் பலவகை. தனி ஒருவரே திட்டமிட்டுக் கடத்துவது, இருவர் மூவர் சேர்ந்து ஒருவரைக் கடத்திவிட்டுப் பிரிந்துவிடுவது, அமைப்பாகச் சேர்ந்து வலைப்பின்னலுடன் செயல்படுவது. இவர்கள் அனைவருமே அறிவியல் வளர்ச்சியின் உதவியுடன் மிக எளிதாகவும் விரைவாகவும்

கடத்தலைச் செய்துமுடிக்கிறார்கள். மனிதக் கடத்தல் குறித்த போதிய விழிப்புணர்வு மக்களிடம் இல்லை என்பதும் கடத்தல்காரர்களுக்குச் சாதகமாக இருக்கிறது.

கடத்தல் என்றாலே, குழந்தைகள் கடத்தப்படுவதை மட்டுமே பலரும் நினைக்கிறோம். தேசியக் குற்ற ஆவணக் காப்பகத்தின் தரவு 2019-இல் இந்திய அளவில் 2,260 பேரும், தமிழக அளவில் 16 பேரும் மட்டுமே கடத்தப்பட்டதாகக் குறிப்பிடுகிறது. இன்னும் கூடுதலாக, பிச்சை எடுக்க, உறுப்புகள் திருட, வன்முறைகளில் ஈடுபடுத்த, மதுக்கூடங்களில் ஆட, மற்றும் பாலியல் தொழிலுக்காக என்றெல்லாம் மனிதர்கள் கடத்தப்படுகிறார்கள். அதுமட்டுமல்ல, நல்ல ஊதியத்துடன் வேலை வாங்கித்தருவதாகச் சொல்லி, வெளியூரிலிருந்தும் வெளி மாநிலங்களிலிருந்தும் அழைத்து வந்து விவசாயம், சமையல், சுரங்கம், தொழிற்சாலை, துணிக்கடை, கட்டிடத் தொழில், வீட்டு வேலைகள் போன்றவற்றில் குறைந்த கூலிக்குப் பல மணி நேரம் வேலைசெய்யக் கட்டாயப்படுத்துவதும், சட்டத்துக்குப் புறம்பாகக் குழந்தைகளைத் தத்தெடுப்பதும், கட்டாயத் திருமணம் செய்வதும் ஆட்கடத்தல்தான். அதனால்தான், ஆட்கடத்தலை நவீன அடிமை முறை என்கிறார்கள்.

“வட இந்திய தொழிலாளர்கள் கட்டட வேலைக்கு வந்தால், நம்ம ஊர் ஆட்கள்போல அடிக்கடி புகைபிடிக்க போக மாட்டார்கள், வெட்டியாகப் பேசிக்கொண்டிருக்க மாட்டார்கள், நிறைய நேரம் வேலை செய்வார்கள், கொடுக்கிற கூலியை வாங்கிக்கொள்வார்கள், வாக்குவாதம் செய்ய மாட்டார்கள்” என்றெல்லாம் மற்றவர்கள் பேசுவதை நீங்கள் கேட்டிருக்கலாம். நாமேகூட பேசியிருக்கலாம். அப்போதெல்லாம் ஆட்கடத்தலுக்கு ஆதரவாகவே நாமும் பேசியிருக்கிறோம்.

ஆட்கடத்தலுக்கு எதிரான சட்டம்

இந்தியக் குற்றவியல் தண்டனைச் சட்டம் 370-ன்படி “சுரண்டும் நோக்கத்துடன் பலவந்தமாக, வற்புறுத்தி, பொய்சொல்லி, மோசடி செய்து, அதிகாரத்தைப் பயன்படுத்தி, தூண்டுதலாக இருந்து, பணம் கொடுத்தோ வாங்கியோ அல்லது வேறுவிதமான பலன்களைக் காட்டியோ பெற்றோரிடமிருந்து அல்லது பொறுப்பாளரிடமிருந்து ஆட்களைத் திரட்டுவது, அழைத்துச் செல்வது, அடைக்கலம் கொடுப்பது, இடம் மாற்றுவது, ஒரு நபர் அல்லது பல நபர்களைப் பெறுவது அனைத்தும் ஆட்கடத்தலே.”

மேலும், 'கடத்தப்படுகிறவரின் சம்மதத்தின் பேரில்தான் அழைத்துச் சென்றோம், என்பதையெல்லாம் ஏற்றுக்கொள்ள முடியாது' எனவும் சட்டம் வரையறுக்கிறது. மீட்கப்பட்டவரின் மறுவாழ்வு குறித்து இச்சட்டத்தில் எதுவும் இல்லையென்றாலும், கடத்தலைத் தடுக்கவும், பாதிக்கப்பட்டவர்களைப் பாதுகாக்கவும், மறுவாழ்வு அளிக்கவும் வலியுறுத்திய 'ஆட்கடத்தலுக்கு எதிரான மசோதா-2018' மக்களவையில் நிறைவேற்றப்பட்டது. ஆனால், பல்வேறு காரணங்களால் மாநிலங்களவையில் அம்மசோதா நிறைவேறவே இல்லை.

மனித மாண்பைக் காப்போம்

கடத்துகிறவர்கள் மீது வழக்குப் பதிந்து, தொடர்ச்சியாக வழக்காடி, தண்டனை வழங்குவதோடு இன்னும் சிலவற்றையும் நடைமுறைப்படுத்துவது நன்மை தரும்.

மக்கள் மத்தியில் விழிப்புணர்வை அதிகரிப்பது: வெளிநாட்டுப் பயணங்களின்போது, அங்குள்ள ரயில் நிலையங்களில், "ஆட்கடத்தல் என்றால் என்ன? எவையெல்லாம் ஆட்கடத்தல் சட்டத்துக்குள் வருகின்றன? கடத்துகிறவர்களுக்கான தண்டனை என்ன? ஒருவர் கடத்தப்பட்டாலோ, வேறு யாராவது கடத்தப்படுவது தெரிந்தாலோ எந்த எண்ணுக்குத் தொடர்புகொள்வது?" என்பது போன்ற தகவல்கள் அசைபட (Animation) வடிவில் அடிக்கடி தொலைக்காட்சியில் ஒளிபரப்பானதைப் பார்த்தேன். நம் அரசாங்கமும்கூட இதேமுறையில் விழிப்புணர்வு ஏற்படுத்தலாம்.

மீட்கப்படுகிறவர்களின் மனநலன் சார்ந்து திட்டமிடுவது: கடத்தப்பட்ட அனைவருமே, தாங்கள் தனியாகப் போனது, ஏமாந்தது, சிந்திக்காமல் சிக்கியது என மீண்டும் மீண்டும் நினைத்துப் பார்த்து, தீவிரக் குற்ற உணர்வில் அவதிப்படுவார்கள். மதுரையில் தனியார் விடுதியில் தங்கி நான் கல்லூரியில் படித்தபோது, ஒரு மாணவன் திடீரென காணாமல் போய்விட்டான். பல இடங்களில் தேடியும் கிடைக்கவில்லை. காவலர்களும் தேடத் தொடங்கினார்கள். மறுநாள் இரவு பதினோரு மணிக்கு மிகவும் களைத்துப்போய் அவனாகவே வந்தான். முகவரி கேட்ட யாருக்கோ வழிகாட்டியதாகவும், நன்றியோடு அவர் வாங்கிக் கொடுத்த குளிர்பானத்தைக் குடித்ததாகவும் சொன்னான். அது மட்டும்தான் அவனுக்கு நினைவில் இருந்தது. மறுநாள் காலையில் ஓசூரில் சாலை ஓரம் கிடந்துள்ளான். எப்படி அங்கே சென்றான்

என்பது தெரியவில்லை. அருகில் இருந்தவர்களின் உதவியுடன் திரும்பி வந்துள்ளான். “நானா இப்படி ஏமாந்தேன்?” எனக் கேட்டுக்கொண்டே பல நாட்கள் அவன் அவமானத்திலும் குற்றவுணர்விலும் தவித்தான்.

கடத்தப்பட்டவர்களுக்கு, அவர்கள் மீட்கப்படுவதற்கு முன்பாக இருந்த இடம், நடத்தப்பட்ட விதம், செய்த வேலை, தனிமை போன்றவற்றின் தீவிரத்தைப் பொறுத்து, உடல் பாதிப்பைத் தொடர்ந்த உளச் சீர்குலைவு (PTSD) இருக்கும். தனியாகச் செல்ல அச்சம், முன்பின் தெரியாதவர்களுடன் பேச பயம், நம்பிக்கையின்மை, தாழ்வுமனப்பான்மை, முற்றிலும் தோற்றுப்போன எண்ணம், அடிக்கடி களைப்பு, கோபம், தூக்கமின்மை, பசிக் கோளாறு, கொடூரச் சூழலில் இப்போதும் இருப்பது போன்ற மருட்சி, எதிர்காலம் குறித்த நிச்சயமற்ற எண்ணம் போன்றவற்றின் தாக்குதலில் துன்புறுவார்கள். இவர்களுக்கு நம்பிக்கையான, பாதுகாப்பான இடத்தை உறுதிப்படுத்துவதோடு, வாழ்க்கைத் திறன் பயிற்சிகளையும், இயல்பு நிலைக்குத் திரும்பும் முறைகளையும் கற்றுக்கொடுக்க வேண்டும். ஆற்றுப்படுத்துநர்களுடன் இணைந்து, இப்பணியைத் திட்டமிடுவது மிகவும் அவசியம்.

பாதிக்கப்பட்டவர்களுடன் கலந்துரையாடித் திட்டமிடுவது: இதைத்தான் மனிதக் கடத்தலுக்கு எதிரான விழிப்புணர்வு நாளின் (ஜூலை 30) மையக் கருவாக, ‘பாதிக்கப்பட்டவர்களின் குரல்களே வழிகாட்டுகின்றன’ என ஐநா சபை 2021-ஆம் ஆண்டு முன்மொழிந்தது. தங்களின் அறியாமையாலும், தவறான புரிதல்களாலும் சரியான உதவியைப் பெற முடியாமல், கடத்தப்பட்டவர்கள் தவிப்பதை ஐநா கோடிட்டுக் காட்டியுள்ளது. ஆட்கடத்தலிலிருந்து தப்பித்தவர்களும் மீட்கப்பட்டவர்களும் பேசுவதைச் செவிமடுக்க நாம் முன்வர வேண்டும் எனவும், இது பாதிக்கப்பட்டவரை மையப்படுத்திய (Victim-centered) ஆக்கபூர்வமான அணுகுமுறையை முன்னெடுக்க உதவும் எனவும் ஐநா சபை குறிப்பிட்டுள்ளது. மனிதக் கடத்தலுக்கு எதிரான பரப்புரையில் விழிப்போடு செயல்படுவது அரசு, சமூகம் அனைவரின் கடமையாகும்.

ஜூலை 30, 2021

05

பதின்பருவத்தினர் நன்கு தூங்கட்டுமே!

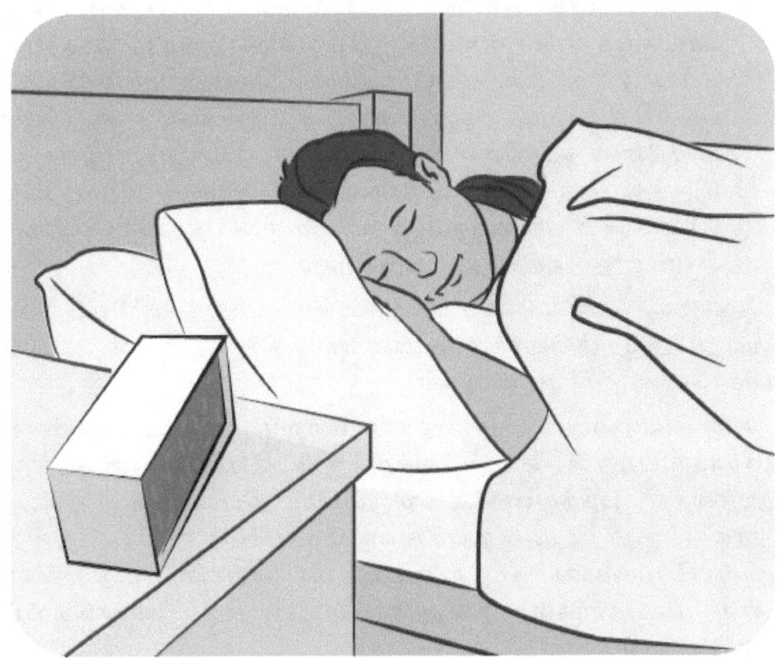

போதுமான, ஆழ்ந்த, இடையூறு இல்லாத தூக்கம் குழந்தைகளையும் பெரியவர்களையும்விடப் பதின்ம வயதினருக்கு அதிமுக்கியம். ஆனால், அவர்கள் குறைவான நேரம் மட்டுமே தூங்குவதாக ஆய்வுகள் கூறுகின்றன. பதின்ம வயதில் உள்ள பிள்ளைகளை, நேரத்துக்குத் தூங்கச் சொல்வதும், அதிகாலை எழச் செய்வதும் பெற்றோருக்குச் சவாலாக உள்ளது.

நிபுணர்கள் இரண்டு காரணங்களைச் சொல்கிறார்கள்.

1. உடல் களைப்படையும்போதுதான் ஒருவர் இயல்பாகத் தூங்கத் தயாராவார். பதின்பருவத்தினரோ, இரவு வெகுநேரம்வரை களைப்படைவதே இல்லை.
2. தூக்கத்துக்கு உதவும் மெலடோனின் ஹார்மோன் பதின்பருவத்தினருக்கு ஏறக்குறைய இரவு 11 மணிக்கு

மேல்தான் சுரக்கத் தொடங்குகிறது. அதிகாலை 8 மணி வரையும் சுரக்கிறது. எனவே, எதையாவது செய்துகொண்டு அல்லது திறன்பேசியில் விளையாடிக்கொண்டு இருக்கிறார்கள். காலையில் அதிக நேரம் தூங்க விரும்புகிறார்கள். பள்ளிக்கூடம், வீட்டுப்பாடங்கள், மாலைநேரக் கல்வி, திறன்வளர் வகுப்புகள், சமூக ஊடகங்களின் வளர்ச்சி போன்றவற்றுக்கு மத்தியில் போராடுகிறார்கள். எதிலும் கவனம் செலுத்த இயலவில்லை. பசிக்கிற நேரம் மாறுகிறது. உடல் எடை கூடுகிறது. மனநிலை ஒருநிலையில் இல்லை. மேலும், இடையூறு மிகுந்த தூக்கமும், அதனால் ஒவ்வாமை தொடர்பான நோய்களும் பதின்பருவத்தினரிடம் சில பத்தாண்டுகளாகவே தொடர்ந்து அதிகரித்து வருகிறது.

ஒருபுறம், ஹார்மோன் மாற்றங்கள் சீக்கிரம் தூங்கவிடுவதில்லை, மறுபுறம் ஆரோக்கியமான வாழ்வுக்கு அதிக நேரம் கண்டிப்பாகத் தூங்க வேண்டும். முரண்தான்!

0-18 வயதுடைய குழந்தைகள் மற்றும் பதின்பருவத்தினரின் ஆரோக்கியமான உடல்நலத்துக்குப் போதுமான தூங்கும் நேரத்தைப் பரிந்துரைக்க விரும்பிய நிபுணர்கள், தூங்கும் நேரத்துக்கும் உடல்நலத்துக்குமான தொடர்பு குறித்து அறிவியல்பூர்வமாக நடத்தப்பட்ட 864 ஆய்வுக் கட்டுரைகளை ஆய்வு செய்தார்கள்; கலந்துரையாடினார்கள்; வாக்கெடுப்பு நடத்தினார்கள்.

முடிவில், அமெரிக்கன் அகாடமி ஆஃப் ஸ்லீப் மெடிசின் ஒருமித்த அறிக்கை ஒன்றை வெளியிட்டது. அதில், ஆரோக்கியமான உடல்நலத்துக்கு, குட்டித் தூக்கத்தையும் சேர்த்து,

- 4-12 மாதக் குழந்தைகள் 12-16 மணி நேரம்;
- 1-2 வயதுக் குழந்தைகள் 11-14 மணி நேரம்;
- 3-5 வயதுக் குழந்தைகள் 10-13 மணி நேரம்;
- 6-12 வயதுக் குழந்தைகள் 9-12 மணி நேரம்;
- 13-18 வயது பதின்பருவத்தினர் 8-10 மணி நேரம்

கண்டிப்பாகத் தூங்க வேண்டும் என்றார்கள். மேலும், தேவையான நேரம் தூங்குவதை வழக்கமாக வைத்திருக்கிறவர்களுக்கு: கவனிக்கும் ஆற்றல் அதிகரிக்கிறது, நடத்தை, கற்றுக்கொள்ளுதல், நினைவில் வைத்தல், உணர்வுச் சமநிலை, தரமான வாழ்வு, உடல்-மன ஆரோக்கியத்தில் நல்ல முன்னேற்றம் ஏற்படுகிறது.

தேவையான நேரத்தைவிடக் குறைவாகத் தூங்குவதை வழக்கமாக வைத்திருக்கிறவர்களுக்கு: கவனம் செலுத்துதல், கற்றல் மற்றும் நடத்தையில் தாக்கம் ஏற்படுத்துகிறது. விபத்து, காயம், உடல் பருமன், மனச்சோர்வு, நீரிழிவு, உயர் ரத்த அழுத்தம் ஏற்பட அதிக வாய்ப்பு உள்ளது. தன்னைக் காயப்படுத்திக்கொள்ளும் எண்ணம், தற்கொலை எண்ணம், தற்கொலை முயற்சி ஆகியவற்றுக்கும் காரணமாகிறது.

தேவையான நேரத்தைவிடக் கூடுதலாகத் தூங்குவதை வழக்கமாகக் கொண்டுள்ளவர்களுக்கு: உடல்நலமானது உயர் ரத்த அழுத்தம், நீரிழிவு, உடல் பருமன் மற்றும் மனநலச் சிக்கல்களால் மிகவும் மோசமாகிறது எனக் குறிப்பிட்டுள்ளார்கள்.

ஆக்ஸ்போர்டு மற்றும் ஹார்வேர்டு பல்கலைக்கழக ஆய்வாளர்கள்கூட, பதின்பருவத்தினர் போதுமான அளவு தூங்கட்டும், உயர்நிலைப் பள்ளிகளை காலை 10 மணி அல்லது 11 மணி வாக்கில் தொடங்குங்கள் எனக் குறிப்பிட்டுள்ளார்கள்.

குழந்தைகளை ஆரோக்கியமான வாழ்வுக்கு வழிநடத்த வேண்டிய பொறுப்பு பெற்றோருக்கு இருக்கிறது. ஆனால், அவர்களோ நல்ல பள்ளி, நல்ல மதிப்பெண், நல்ல வேலை, நல்ல ஊதியம் ஆகியவற்றை முன்னிறுத்தியே சிந்திக்கிறார்களேயொழிய, பிள்ளைகளின் உடல்-மனநலத்தைப் பொதுவாகக் கவனத்தில் கொள்வதே இல்லை. தொலைதூரத்தில் உள்ள பள்ளியில் சேர்த்து, அதிகாலை ஆறு மணிக்கெல்லாம் சிலர் அனுப்பிவிடுகிறார்கள். ‘பள்ளி நிர்வாகமே காலை உணவும் கொடுக்கிறது’ என்று பெருமைப்பட்டுக் கொள்கிறார்கள் வேறு சிலர்.

வேலைக்கு, கடைகளுக்கு, கூட்டங்களுக்குச் சென்றுவிட்டு அல்லது தொலைக்காட்சியிலும் கணினியிலும் நேரம் செலவழித்துவிட்டு குழந்தைகளுக்குத் தாமதமாக உணவு கொடுக்கும் குடும்பங்களும் இருக்கின்றன. சாப்பிட்ட பிறகும், படுக்கையில் படுத்தபடியும் திறன்பேசியிலோ தொலைக்காட்சியிலோ நேரம் செலவிடும் பெற்றோரும் இருக்கிறார்கள். படிப்பறைக்குச் சென்றதும் படிக்கவும், ஜெப அறைக்குச் சென்றதும் வழிபடவும் தோன்றுவதுபோல, தூங்கும் இடத்துக்குச் சென்றதும் தூக்கம் வர வேண்டும்.

அதற்கு, வெளிச்சம் ஏதுமின்றித் தூங்குமிடம் இருட்டாக இருப்பது சிறந்தது. படுக்கையறையில் தொலைக்காட்சி,

தூக்கத்தின் முதல் எதிரி. தாங்கள் எப்போது, எப்படித் தூங்க வேண்டும் என்பதைப் பெற்றோரிடமிருந்துதான் பிள்ளைகள் கற்றுக்கொள்கிறார்கள் எனும்போது, பெற்றோரே தூங்குவதற்கு ஒழுங்கில்லாமல் இருந்தால் பிள்ளைகள் என்ன செய்வார்கள்.

திறன்பேசி, தொலைக்காட்சி பார்ப்பதால் தூக்கம் வருவதில்லை என்பதை உணராமல், தூக்கம் வரவில்லை அதனால் பார்க்கிறேன் என்கிறார்கள் சிலர். சூரியனிலிருந்து வெளிப்படும் நீல ஒளி நமக்குப் புத்துணர்வு தருகிறது. நம் உடல் வளர்ச்சியிலும், மன வளர்ச்சியிலும் அதிகப் பங்கு வகிக்கிறது. இயற்கையான நீல ஒளி மட்டுமல்ல, செயற்கையான நீல ஒளியும் நமக்குப் புத்துணர்வு தரும். அதனால்தான், ஓய்வெடுக்க வேண்டிய நேரத்தில் திறன்பேசி, கணினி, தொலைக்காட்சி பயன்படுத்தும்போது, செயற்கையான நீல ஒளி உடல் தூங்க விரும்பும் நேரத்தில் தூங்கவிடாது செயலூக்கத்துடன் இருக்கச் செய்கிறது. மெலடோனின் சுரப்பைத் தடுக்கிறது. தூங்குவதற்கு நிறைய நேரம் எடுக்கிறது.

என் நண்பர் ஒருவர், ஒன்பதாம் வகுப்புப் படிக்கும் அவரது மகனின் புலனத்தில், அவன் கடைசியாகப் பார்த்த நேரம் அதிகாலை 4 மணி எனக் காட்டியதாகச் சொல்லி வருத்தப்பட்டார். உண்மைதான், தனக்கான அடையாளத் தேடலில் உள்ள பதின்பருவத்தினர், தங்கள் பதிவுக்கு எவ்வளவு பேர் விருப்பக் குறி (லைக்) இட்டுள்ளார்கள் என்று நள்ளிரவிலும் அவ்வப்போது பார்க்கிறார்கள்.

நெதர்லாந்தில், நீல ஒளியைத் தவிர்ப்பதற்கான கண்ணாடி அணிந்து பயன்படுத்தியவர்கள், அப்படி எதுவுமில்லாமல் வழக்கம்போலப் பயன்படுத்தியவர்கள், திறன்பேசியை விரைவாக அணைத்துவிட்டுத் தூங்கியவர்கள் என 3 குழுக்களாகப் பிரித்து 12 முதல் 17 வயது வரை உள்ள மாணவர்களிடம் ஓர் ஆய்வு நடத்தினார்கள். அன்றாட நடவடிக்கைகளைக் குறித்துக்கொள்வது, கருவியின் துணையால் தூங்குவதைக் கண்காணிப்பது ஆகியவற்றுடன், மெலடோனின் மாதிரியையும் எடுத்துப் பரிசோதித்தார்கள். முடிவில், தூங்குவதற்கு இரண்டு மணி நேரத்துக்கு முன்பாகத் திறன்பேசி, நோட்பேடு உள்ளிட்டவற்றை அணைத்து வைத்த பதின்பருவத்தினர் விரைவாகவும் ஆழ்ந்தும் தூங்கியதாகவும், நீல ஒளியைத் தவிர்ப்பதற்கான கண்ணாடி அணிந்தவர்கள் இரண்டாமிடத்தில் இருந்ததாகவும் கண்டறிந்தார்கள்.

ஆரோக்கியமான நிகழ்காலத்தையும் எதிர்காலத்தையும் பிள்ளைகளுக்கு வழங்குவது உங்கள் உள்ளார்ந்த விருப்பமென்றால்,

- குடும்பமே இணைந்து செயல்திட்டம் தீட்டுவதும் அதைப் பின்பற்றுவதும் நல்ல பயனளிக்கும்.
- அதேபோல, குழந்தைகள், பதின்பருவத்தினர், பெற்றோர், கல்வியாளர்கள், மருத்துவர்கள் மற்றும் பொதுமக்களுக்குப் போதுமான தூக்கத்தைப் பற்றிய விழிப்புணர்வை ஏற்படுத்த வேண்டும்.
- அதனால், ஏற்படும் சமூக, பொருளாதார, கல்விசார் பயன்களை மக்களிடம் தெரிவித்துக் கலந்துரையாடலைத் தொடங்க வேண்டும்.

சின்னச் சின்ன வழிமுறைகளைப் பழகிக்கொண்டால், பெரிய பெரிய உடல் பிரச்சினைகள் வராமல் தவிர்க்கலாம்.

மார்ச் 18, 2022

06

காயமில்லாப் பெருவாழ்வு வாழ்வோம்!

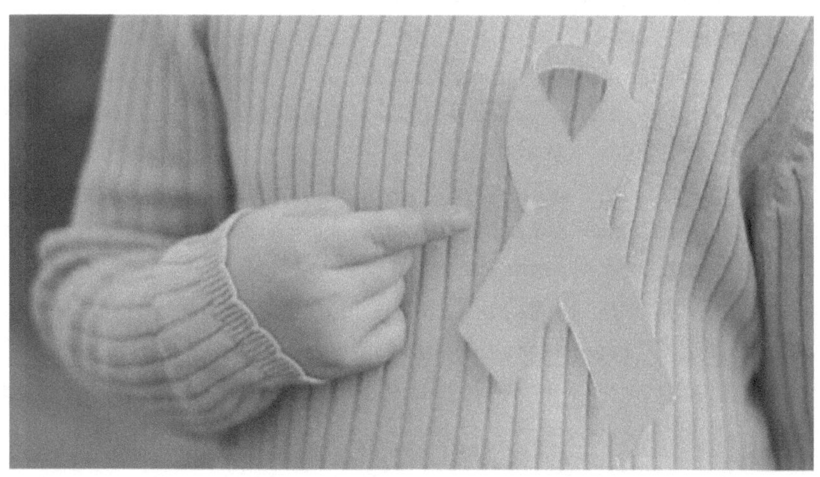

தற்கொலை செய்துகொள்ளும் எண்ணம் இல்லாவிட்டாலும் வேண்டுமென்றே தங்களைக் காயப்படுத்திக் கொள்கிறவர்களின் *(Deliberate self-harm)* எண்ணிக்கை அதிகரித்து வருகிறது. அதிலும், பதின்பருவத்தில் பள்ளியிலும் கல்லூரியிலும் பயிலும் மாணவர்கள் முதல் இரண்டு இடங்களில் இருப்பதாக ஆய்வுகள் குறிப்பிடுவதாநாகூக்செதவேண்டியுள்ளது.

பருவமடைந்த மாணவர்களின் மூளையில், ஒரு செயலைச் செய்வதற்கு ஊக்கம் தருகின்ற, செய்தபின் மகிழ்ச்சியூட்டுகின்ற டோபமைன் அதிகம் சுரப்பதாலும், சிந்தித்துச் செயல்படவும், பிரச்சினைகளைத் தீர்க்கவும் வழிகாட்டும் பிரீஃபிரான்டல் கார்டெக்ஸ் முழுமையாக வளர்ச்சியடையாததாலும் பதின்பருவத்தினர் இதில் எளிதில் சிக்கிக்கொள்கிறார்கள். ஆபத்தானதாக இருந்தாலும், தற்காலிகமாகக் கிடைக்கும் மகிழ்ச்சிக்காகத் தங்களைக் காயப்படுத்திக்கொள்கிறார்கள். உணர்வு ரீதியான வலியைத் தாங்குவதைவிட உடல் வலியைத் தாங்கத் தயாராக இருக்கிறார்கள்.

உடனிருப்பவர்கள் சிறிது கவனமாக இருந்தாலே இத்தகைய மாணவர்களைக் கண்டறிந்து சரியான நேரத்தில் காப்பாற்றிவிட முடியும். ஏனென்றால், தங்கள் உடலில் உள்ள காயத்தை யாரும்

பார்க்கக் கூடாது என்பதற்காக, எப்போதும் நீளமான கால்சட்டை, பாவாடை, மணிக்கட்டுவரை மூடியுள்ள ஆடையை அவர்கள் அணிந்திருப்பார்கள். காயத்தின் மீது ஒன்றுக்கும் மேற்பட்ட துணியைச் சுற்றி, கட்டு போட்டிருப்பார்கள். காரணம் சொல்ல முடியாத புதிய காயங்கள் அல்லது சரிவர ஆறாத பழைய காயங்கள் இருக்கும். கத்தி, பிளேடு போன்ற கூர்மையான பொருட்களை வாங்குவார்கள். ரத்தக் கறை படிந்த துணிகளை மறைப்பார்கள். தன்னைக் காயப்படுத்திக்கொள்வதால் ஏற்படும் ஆபத்து குறித்து இணையத்தில் வாசிப்பார்கள். அதிகமாகத் தனிமையைத் தேர்ந்தெடுப்பார்கள்.

அதிக நேரம் சமூக வலைதளங்களைப் பயன்படுத்துவது, சரியில்லாத குடும்ப உறவுகள், புறக்கணிப்புகள், உடல், மன, பாலியல் துன்புறுத்தல்கள், மனச்சோர்வு, ஆளுமைக் கோளாறுகள் உள்ளிட்ட காரணிகள் இதற்குத் தூண்டுதலாக இருப்பதாக ஆய்வுகள் குறிப்பிடுகின்றன. பெற்றோரையும் நண்பர்களையும் பழிவாங்கவும், கோபத்தை வெளிப்படுத்தவும், தாம் எதற்கும் பயனில்லை என நினைப்பதாலும் தங்களையே காயப்படுத்துகிறவர்களும் உண்டு.

இது போன்ற சிக்கல்களை மாணவர்கள் சிலர் ஆக்கப்பூர்வமான வழிகளில் கையாளுகிறார்கள். ஓவியம் வரைவது, கவிதை எழுதுவது, தங்கள் துயரங்களை ஒரு தாளில் எழுதிக் கிழித்துவிடுவது, வாசிப்பில் ஈடுபடுவது, நண்பர்களுடன் கலகலப்பாக உரையாடுவது, இசை, விளையாட்டு போன்ற வழிகளில் தங்கள் சோகத்தை, விரக்தியை, ஏமாற்றத்தை, வெறுமையை இவர்கள் சரிசெய்துகொள்கிறார்கள்.

ஒவ்வொருவரும் தங்கள் வாழ்வின் அர்த்தத்தைக் கண்டுபிடிப்பதன் வழியாக வெறுமையை வெற்றிகொள்ள முடியும் என்கிறார் உளவியல் அறிஞர் விக்டர் பிராங்கிள். இதற்காக அவர் பரிந்துரைத்த மூன்று வழிமுறைகள் பல்வேறு ஆய்வுகளில் நிரூபிக்கப்பட்டுள்ளன.

(1) *பிறர்நல சேவை:* தன்னலமின்றிப் பிறருக்கு உதவுகிறவர்கள் தாம் உயிர் வாழ வேண்டியதன் அவசியத்தைப் புரிந்துகொள்கிறார்கள். உதாரணமாக, 1991-இல் முன்னாள் பிரதமர் ராஜீவ் காந்தி படுகொலை செய்யப்பட்ட பிறகு, அவரின் மகள் பிரியங்கா காந்தி மிகுந்த மனஉளைச்சலில் இருந்தார். அவரைச் சந்தித்த அன்னை தெரசா, ‘வந்து

என்னோடு சேவை செய்' என்று அழைத்ததாகவும், பல ஆண்டுகள் அவருடன் இணைந்து பணியாற்றியதாகவும், அவருக்குத் தான் நன்றிக்கடன்பட்டிருப்பதாகவும், தன்னலமற்ற சேவையையும், அன்பையும் தன்னிடம் அவர் காட்டியதாகவும் பிரியங்கா காந்தி குறிப்பிட்டுள்ளார். இழப்பின் இருளில் வாழ்வைத் தொலைத்துவிடாதிருக்க பிரியங்காவுக்கு உதவியது பிறர்நல சேவை.

(2) *உறவுகளின் மீது கவனம்:* முற்சாய்வு எண்ணமின்றி மற்றவர்களோடும் இயற்கையோடும் திறந்த மனதுடன் தொடர்பில் இருப்பது, பாராட்டுவது, அன்றாடம் நாம் செய்யும் செயல்கள் மீது மனம்நிறை கவனத்துடன் (Mind-fulness) செயல்படுவது எல்லாம் பேருதவி செய்யும்.

(3) *அணுகுமுறை மாற்றம்:* எதிர்மறைச் சூழ்நிலைகளிலும், அதில் ஏதாவது நல்லது இருக்கிறதா எனப் பார்ப்பதுவும், துன்பத்தை வாய்ப்பாக ஏற்று முன்னேறி மற்றவர்களுக்கு உந்துசக்தியாக இருப்பதுவும் பலன் தரும்.

எதார்த்தத்தில், பெரும்பாலான பதின்பருவப் பிள்ளைகளுக்குத் தங்கள் மனச்சோர்வை, உணர்வெழுச்சியை ஆரோக்கியமான முறையில் வெளிப்படுத்தும் வழி தெரியவில்லை. சில ஆண்டுகளுக்கு முன்பு ஒரு பள்ளி மாணவி என்னைச் சந்திக்க வந்திருந்தார். இறுக்கமான மனநிலையில் இருந்த அவர், தயங்கித் தயங்கிப் பேசினார். திடீரென, 'என்னால முடியல சார். வீட்டுல அப்பாவும் அம்மாவும் எப்பவும் சண்டை போட்டுக்கிட்டே இருக்காங்க. பள்ளிக்கூடத்திலயும் நிறைய வேலை கொடுக்கிறாங்க. அதனால...' என்று தயங்கியவர், 'என்னையே நான் காயப்படுத்திக்கிறேன்' என்றார். நான் மாணவியின் கைகளைப் பார்த்தவுடன், 'தொடையில சார்' என்றார்.

தன்னைத் தானே காயப்படுத்துகிறவர்களில், உடலைக் கீறிக்கொள்கிறவர்கள்தான் உலகளவில் அதிகம் இருக்கிறார்கள். தற்கொலை செய்வது இவர்களின் எண்ணம் இல்லையென்பதால் பட்டும் படாமலும்தான் ஆரம்பத்தில் காயப்படுத்திக்கொள்வார்கள். மனம் இலகுவாவதுபோலத் தோன்றுவதால் ஏற்படும் 'மகிழ்ச்சி'யால் சில நாட்கள் கழித்து சற்றுக் கடுமையாகக் காயப்படுத்திக்கொள்வார்கள். அடுத்ததாக, அழுத்தமும் ஆழமும் அதிகரிக்கும். தங்களைக் காயப்படுத்தும்போது, அல்லது அடுத்த சில நிமிடங்களுக்கு மிகவும் ஆறுதலாக உணர்ந்தாலும்

அவமானமும் குற்ற உணர்வும் தங்கள் மீதே வெறுப்பும் கொள்வார்கள்; பயப்படுவார்கள். குற்ற உணர்விலிருந்து வெளிவரவும், ஆறுதல் பெறவும் மறுபடியும் தங்களையே காயப்படுத்திக்கொள்வார்கள். காயத்தை ஆற விடாமல் செய்கிறவர்களும், மருந்து போட்டுக்கொள்வதைத் தவிர்ப்பவர்களும் இருக்கிறார்கள்.

மேலும் சிலர், தலை, புருவம், இமை உள்ளிட்ட இடங்களிலுள்ள முடிகளை பிடுங்குவார்கள், அதீதமாக சொறிவார்கள், சுவரில் முட்டுவார்கள், குத்துவார்கள், சிகரெட் அல்லது மெழுகுவர்த்தியால் சூடு வைப்பார்கள், தங்களையே கடிப்பார்கள், ரப்பர்பேண்டை கையில் மாட்டி வேகமாக இழுத்துவிட்டு அந்த வலியைத் தாங்குவார்கள். கல்லூரியில் முதலாமாண்டு படித்துக்கொண்டிருந்த மாணவர் ஒருவர், கோபம் வரும்போதெல்லாம் தன் உதட்டு சதையை பிய்த்ததையும், அதனாலேயே அவரின் உதடு எப்போதும் காயத்தோடு, இரத்தமாக இருந்ததையும் நான் பார்த்திருக்கிறேன்.

தங்களைத் தாங்களே காயப்படுத்திக் கொள்ளும்போது, இறுக்கமான மனநிலை இலகுவாவதுபோலவும், எதிர்மறை எண்ணங்களும் உணர்வுகளும் குறைந்து உணர்வுச் சமநிலை அடைவதுபோலவும் தோன்றலாம். ஆனால், இது உண்மையுமல்ல, நிரந்தரமுமல்ல! இவ்வழிமுறைகள் ஆக்கபூர்வமானதாக இல்லாததால் மறுபடியும் மனச்சோர்வுக்கு இட்டுச்செல்வதுடன், அவர்களையும் அறியாமலேயே சில வேளைகளில் உயிரையும் பறித்துவிடுகிறது. யார்மீதும் நம்பிக்கையற்ற, நல்ல நண்பர்கள் இல்லாத இருளில் தள்ளிவிடுகிறது, உடலில் சில பகுதிகளில் நிரந்தரப் பலகீனம், நிரந்தரத் தழும்பு ஏற்படுகிறது, சதையையும் ரத்த நாளங்களையும் காயப்படுத்துகிறது, காயத்தில் தொற்று ஏற்படுகிறது.

காயப்படுத்திக்கொள்கிறவர்களைக் குற்றவாளிகள்போல் தீர்ப்பிடுவதோ, தனியாக விட்டுவிடுவதோ கூடாது. அவர்களோடு கலந்துரையாடுவதும், பாசமான குடும்பச் சூழலும், உடனடி மனநல ஆலோசனையும் இருந்தால் அவர்களை நிச்சயம் காப்பாற்றிவிடலாம்.

மார்ச் 01, 2022

07

இணையவழி மிரட்டலைத் தடுப்போம்!

கல்லூரியில் மாணவர்கள் கேலி செய்யப்படுவதைத் தவிர்க்க இயலாது என்னும் புரிதல் 1990-களில் தமிழ்நாட்டில் இருந்தது. மருத்துவக் கல்லூரி மாணவர் நாவரசு கொலை செய்யப்பட்ட பிறகு, 1997-இல் தமிழ்நாட்டு அரசு கொண்டுவந்த ராகிங்குக்கு எதிரான சட்டம், இக்கொடும் பழக்கத்துக்கு முற்றுப்புள்ளி வைத்தது. கல்லூரிகளில் 'ராகிங் இல்லா வளாகம்' அமையவும், கேலிக்குள்ளாகிறவர்கள் புகார் தெரிவிப்பதற்கான அமைப்பு கல்லூரிகளில் ஏற்படவும் இச்சட்டம் வழிவகை செய்தது. தகவல் தொழில்நுட்பம் வளர்ந்து, இணையம் போன்றவற்றின் வழியாக மிரட்டப்படுகிறவர்களின் எண்ணிக்கை அதிகரித்து வருவதால், இச்சட்டத்தை மறு ஆய்வு செய்ய வேண்டிய கட்டாயம் தற்போது ஏற்பட்டுள்ளது.

தகவல்தொடர்புச் சாதனங்களால் மிரட்டப்படுவதை, "நவீனத் தொடர்புச்சாதன வலைதளங்களான செல்பேசி, இணையதளம் போன்றவற்றைப் பயன்படுத்தி, அடுத்தவரின் உடல் அமைப்பு, அறிவுத் திறன், குடும்பப் பின்னணி, ஆடைத் தேர்வு, தாய்மொழி,

பிறந்த இடம், அணுகுமுறை, இனம், சாதி, வர்க்கம், பெயர் போன்றவற்றைப் பழிப்பது, கேலி செய்வது, இழிவுபடுத்துவதன் வழியாக வசைகூறுவது / சீண்டுவது" என இந்தியக் குற்றவியல் நிபுணர் ஜெய்சங்கர் வரையறுத்துள்ளார்.

பாதுகாப்போடும் பொறுப்போடும் இணையத்தைப் பயன்படுத்துவது குறித்து தொடர்ந்து ஆய்வு செய்கின்ற நான்சி வில்லார்டு (Nancy E. Willard), தகவல்தொடர்புச் சாதனங்கள் வழியாக மிரட்டுவதை எட்டு வகைகளாகப் பிரிக்கிறார்.

1. *கோபத்தை தூண்டுவது (Flaming):* குறுஞ்செய்தி அல்லது அழைப்பு வழியாக மரியாதைக்குறைவான, நாகரீகமற்ற, அல்லது கெட்ட வார்த்தைகளைப் பயன்படுத்தி, கோபமாகப் பதில் சொல்லி சண்டைபோடுவது.

2. *தொல்லை கொடுப்பது (Harassment):* தனிநபரை மையப்படுத்தி, தரக்குறைவான, மரியாதையில்லாத, காயப்படுத்துகிற, அவமதிக்கிற செய்திகளை மீண்டும் மீண்டும் அனுப்புவது.

3. *இழிவுபடுத்துவது (Denigration):* ஒருவரின் புகழைக் கெடுக்க, நட்பைச் சீர்குலைக்க, ஒருவரை இழிவுபடுத்த, கொடூரமான... இல்லாத பொல்லாத தகவல்களைச் சொல்லி புரணிகளைப் பரப்புவது, பதிவிடுவது, அனுப்புவது.

4. *ஆள்மாறாட்டம் (Impersonation):* போலியான கணக்கைத் தொடங்கி, அல்லது மற்றவரின் கணக்கை உடைத்து கருத்துக்கள், படங்கள், காணொளிகள் பதிவது. ஒருவருக்கு பிரச்சினை ஏற்படச் செய்யவும், அவரது புகழுக்கு களங்கம் விளைவிக்கவும் முனைவது.

5. *ஒதுக்குதல் (Exclusion):* வேண்டுமென்றே மெய்நிகர் குழுவில் இருந்து அல்லது இணையவழி விளையாட்டில் இருந்து ஒருவரை நீக்குவது, ஒதுக்குவது, கண்டுகொள்ளாமல் இருப்பது.

6. *பின்தொடர்தல் (Cyber-stalking):* பயமுறுத்துகிற அல்லது மிரட்டுகிற குறுஞ்செய்திகளை, மின்னஞ்சல்களை தொடர்ந்து அனுப்பி ஒருவரை எப்போதும் அச்சத்துடனேயே வைத்திருப்பது.

7. *வெளியிடுவது (Outing)* ஒருவரின் தனிப்பட்ட, அல்லது அடுத்தவருக்குத் தெரிந்துவிட்டால் அவமானம் ஏற்படுத்தக்கூடிய, முக்கியமான தகவல்களை மெய்நிகரில் பதிவிடுவது மற்றும்

பகிர்வது. பாலியல் மற்றும் பாலுறவு தொடர்பான தனிப்பட்ட தகவல்கள் மற்றும் படங்களைப் பதிவிடுவது மற்றும் பகிர்வது.

8. *தந்திரம் (Trickery):* சூழ்ச்சி செய்து, மற்றவர்களின் ரகசியத்தைப் பெறுவது, முக்கியமான தகவல்களைப் பெற்று பொதுவெளியில் பரப்புவது.

நேருக்கு நேர் மிரட்டப்படுவதற்கும், தகவல்தொடர்புச் சாதனங்கள் வழியாக மிரட்டப்படுவதற்கும் மிகப் பெரிய வித்தியாசங்கள் இருக்கின்றன. முன்னது கல்வி நிலையங்கள், பணித்தளங்கள், விளையாட்டு மைதானங்கள் என அத்தோடு முடிந்துவிடுகின்றன. ஆனால், பின்னது, நீங்கள் பள்ளியில் இருந்தாலும், வேலை செய்தாலும், பாதுகாப்பான இடங்களில் இருந்தாலும் 24 மணி நேரமும், ஆண்டு முழுவதும் உங்களைத் துரத்தும். ஃபேஸ்புக், வாட்ஸ்அப், ட்விட்டர், மின்னஞ்சல் போன்ற சமூக வலைதளங்களிலிருந்து நீங்கள் வெளியேறலாம், தொல்லை தரும் சமூக வலைதளக் கணக்குகளைத் தடுக்கலாம், திறன்பேசி பயன்படுத்துவதை நிறுத்திவிட்டு, சாதாரண செல்பேசி வாங்கலாம், என்ன செய்தாலும் உங்களால் தப்பிக்க இயலாது. ஏனென்றால், மிரட்டுகிறவர்களின் முகங்களோ முகவரிகளோ பெரும்பாலும் பாதிக்கப்படுகிறவருக்குத் தெரிவதில்லை. போலியான கணக்கில் இருந்தே அவர்கள் மிரட்டுகிறார்கள். முன்பெல்லாம், 'வலுவுள்ளவர்கள்தான் அல்லது ஆண்கள்தான் இப்படி நடந்துகொள்வார்கள்' என பொதுவாகச் சொல்வதுண்டு. ஆனால், தகவல்தொடர்புச் சாதனம் வழியான மிரட்டல் அதை உடைத்துள்ளது. வயது, பாலினம், இனம், நாடு வேறுபாடின்றி அடுத்தவரை மிரட்டுகிறார்கள்.

பாதிப்புக்குள்ளாகும் பதின்பருவத்தினர்

உலக மக்கள்தொகையில் 60% பேர் இணையம் வழியாக அச்சுறுத்தப்படுதல், வசைகூறப்படுதல், துன்புறுத்தல் போன்றவற்றுக்கு உள்ளாகியிருப்பதாக ஆய்வுகள் தெரிவிக்கின்றன. இதில், பதின்பருவச் சிறார்கள், அதிலும் சிறுமிகளே அதிகம் பாதிக்கப்படுகிறார்கள். 18 வயதுக்கு உட்பட்ட சென்னை மாணவர்களிடம் 2018-இல் நடத்தப்பட்ட ஓர் ஆய்வில், 50% மாணவர்கள் தகவல்தொடர்புச் சாதன மிரட்டலுக்கு உள்ளானதாகவும், தங்கள் நண்பர்கள் இதனால் பாதிக்கப்பட்டதாக 57% மாணவர்கள் சொன்னதாகவும் தெரியவந்துள்ளது.

மனித வளர்ச்சியில் பதின்பருவம் மிகவும் முக்கியமானது. ஒவ்வொருவரும் தனக்கான அடையாளத்தைத் தேடும் இப்பருவத்தில், குடும்பத்தின் பிடியிலிருந்து விலகிப் புதிய உறவுகளை ஏற்படுத்த சிறுவர்கள் முனைகிறார்கள். நண்பர்களையும் ஒத்த ரசனை உள்ளவர்களையும் தேடுகிறார்கள். அவர்களிடம் தயக்கமின்றித் தங்கள் கருத்துகள், உணர்வுகள், பொழுதுபோக்கு அனைத்தையும் பகிர்ந்து மகிழ்கிறார்கள். திறமையை வெளிப்படுத்திப் பாராட்டுப் பெறுகிறார்கள். தன்மீது ஆதிக்கம் செலுத்தாது, தன்னையொத்தச் சிறுவர்கள் வழங்கும் அறிவுரைகளுக்கும் ஆறுதல்களுக்கும் முக்கியத்துவம் கொடுக்கிறார்கள். இச்சிறுவர்களின் தேவையை நிறைவேற்றுவதற்கான வாய்ப்புகளைச் சமூக வலைதளங்கள் கொடுக்கின்றன. கட்டுப்பாடு இல்லாத இணைய உலகம் அளிக்கும் மகிழ்வில் திளைத்து, ரகசியமாக வைத்திருக்க வேண்டிய கடவுச்சொற்களில் தொடங்கி, தங்களைப் பற்றிய இதர தகவல்களையும், நிழற்படங்கள், காணொளிகளையும் விளையாட்டாகப் பகிர்ந்து கொள்கிறார்கள்.

மாணவர்களின் இத்தகைய அதீத ஆர்வமும் சுதந்திரமுமே அவர்களுக்கு ஆபத்தாக மாறிவிடுகிறது. அவர்கள் பகிர்ந்த படங்களையும் தகவல்களையும் பலருக்கும் பகிர்வது, பொதுத்தளத்தில் பதிவுசெய்வது, 'பதிவுசெய்துவிடுவேன்' என மிரட்டுவது போன்றவற்றைப் பதின்பருவத்தினர் அதிகம் எதிர்கொள்கின்றனர். போலிக் கணக்குகளை உண்மையென நம்பி ஏமாந்துபோகின்றனர். உதாரணமாக, மும்பையைச் சேர்ந்த 16 வயது அட்னன் பத்ரவாலாவை, முன்பின் தெரியாத ஐந்து பேர் 2007-இல் ஆர்குட் வழியாகப் பின்தொடர்ந்து நண்பர்களானார்கள். அவர்களின் வேண்டுகோளை ஏற்று அவர்களைப் பார்க்க அட்னன் சென்றான். அட்னனைக் கடத்தி இரண்டு கோடி ரூபாய் கேட்ட 'நண்பர்கள்' மறுநாளே அவனைக் கொன்றுவிட்டார்கள்.

பதின்பருவத்துக் கல்லூரி மாணவி ஒருவர், "கடந்த இரண்டு ஆண்டுகளில் ஏழு முறை என் செல்பேசி எண்ணை மாற்றிவிட்டேன். தெரியாதவர்களிடம் இருந்து அழைப்புகளும் குறுஞ்செய்திகளும் அடிக்கடி வந்ததால், எத்தனையோ இரவுகள் தூங்க முடியாமல் தவித்துள்ளேன். இரண்டு மூன்று நாட்கள் சாப்பிடாமலேயே இருந்துள்ளேன். வீட்டில் சொல்லவும் பயம். எப்படிப் புரிந்துகொள்வார்கள் என்கிற குழப்பம். இதிலிருந்து விடுபட வேறு வழி தெரியாதபோது வீட்டில் சொன்னேன். 'உன் மீது எங்களுக்கு நம்பிக்கை இருக்கிறது. பயப்படாமல் தைரியமாக

இரு' என அண்ணனும் அப்பாவும் சொன்னார்கள். அதன் பிறகுதான் உயிர் வந்தது. கல்லூரிப் பாடங்கள் வாட்ஸ்அப் வழியாகப் பகிரப்படுவதால் வேறு வழியில்லாமல் திறன்பேசி பயன்படுத்துகிறேன்" என்று 2021-ஆம் ஆண்டு சொன்னார். இவருக்குக் கிடைத்தது போன்று, மகனையும் மகளையும் புரிந்துகொள்கிற குடும்பம் எல்லோருக்கும் அமைவதில்லை.

தனிச் சட்டம் காலத்தின் அவசியம்

தகவல்தொடர்புச் சாதனம் வழியாக மிரட்டப்படுகிறவர்கள் தங்கள் உடல் முழுவதும் அச்சம் படர்வதை உணர்வார்கள். யாரை நம்புவது, யாரிடம் சொல்வது எனப் புரியாமல் தவிப்பார்கள். தங்களையே குற்றவாளிகள் போலக் கருதி நடந்துகொள்வார்கள். சமூகம், குடும்பம், நண்பர்களிடமிருந்து பிரிந்து, தனிமையில் உழல்வார்கள். செல்பேசியில் எந்த அழைப்பு வந்தாலும் பதற்றப்படுவார்கள். சுய மதிப்பு குறைந்து, பசி, தூக்கம் இல்லாமல் மன அழுத்தத்துக்கு ஆளாவார்கள். தற்கொலை செய்துகொண்டவர்களும் உண்டு.

தகவல்தொடர்புச் சாதன மிரட்டலிலிருந்து ஒவ்வொருவரையும், குறிப்பாகப் பதின்பருவத்தினரைக் காப்பாற்றும் பொறுப்பு ஆட்சியாளர்களுக்கு இருக்கிறது. ஆனால், துரதிர்ஷ்டவசமாக, தங்களிடம் உள்ள தகவல் தொழில்நுட்பப் பிரிவைப் பயன்படுத்தி, பல்வேறு அரசியல் கட்சிகளும் போலியான கணக்குகளை உருவாக்கியுள்ளன. மாற்றுக் கருத்தாளர்களையும் அவர்களின் தனிப்பட்ட வாழ்வு, குடும்பம் உள்ளிட்டவற்றையும் குறித்து வதந்திகளைப் பரப்புவதும், தகாத வார்த்தைகளால் சாடுவதும், எதிராளிகளின் செல்பேசி எண்களைப் பொதுவெளியில் பகிர்ந்து பலரையும் வசைபாடச் செய்வதும் அவர்களது பணிகளுள் இடம்பெற்றிருக்கின்றன. கட்சிகள் தங்களைச் சுயபரிசோதனை செய்வதன் வழியாக இச்சமூகத்தைப் பெருமளவில் சீர்திருத்த முடியும்.

ஏற்கெனவே, இந்தியக் குற்றவியல் நடைமுறைச் சட்டம் மற்றும் தகவல் தொழில்நுட்பச் சட்டம் நடைமுறையில் இருந்தாலும், எந்தெந்த வழிகளிலெல்லாம் தகவல்தொடர்புச் சாதனத்தைப் பயன்படுத்தி மிரட்டுகிறார்கள் என்பதை வரையறுத்து, முழுமையான தனிச் சட்டம் உருவாக்குவது அவசியம். இது அளப்பரிய மாற்றத்தை உருவாக்கும்!

ஜூலை 16, 2021

08

நீயே ஒளி... நீதான் வழி!

வாழ்வுக்கான போராட்டம் உயிர்கள் அனைத்துக்கும் பொதுவானது என்றாலும் வெற்றியும் தோல்வியும் நிறைந்த இப்போராட்டத்தில் தங்கள் உயிரை சிலர் பாதியிலேயே முடித்துக்கொள்கிறார்கள்; 'வலுவுள்ளவையே வாழும்' என்கிற டார்வினின் கோட்பாட்டை, உடல்பலத்தோடு மட்டுமல்லாமல் மனபலத்துடனும் இணைத்துப் பார்க்க வேண்டிய அவசியத்தையும் வலியுறுத்திப் போகிறார்கள்.

உலகில் நிகழும் 100 இறப்புகளுள் ஒன்று தற்கொலையால் நிகழ்கிறது. அதிலும் 77% ஏழை மற்றும் நடுத்தர வருமானம் உள்ள நாடுகளில்தான் நடக்கிறது. தமிழ்நாட்டில் தினமும் குறைந்தபட்சம் 51 பேர் தற்கொலை செய்துகொள்வதாகவும், இந்தியாவில் நடக்கும் தற்கொலைகளில் 11.5% தமிழ்நாட்டில் நிகழ்வதாகவும், இந்திய அளவில் தொடர்ந்து ஐந்து ஆண்டுகளாக தமிழ்நாடு இரண்டாம் இடத்தில் இருப்பதாகவும், தேசியக் குற்ற ஆவணக் காப்பக அறிக்கை (2021) குறிப்பிடுகிறது.

ஒருவர் தன் உயிரைத் தானே எடுத்துக்கொள்வதற்கு இதுதான் காரணம் என்று குறிப்பிட்டுச் சொல்ல இயலாது. வறுமை, காதல்

தோல்வி, போதைப் பழக்கம், திருமணம் தொடர்பான சிக்கல்கள், பணமிழப்பு, தேர்வில் தோல்வி, வேலையின்மை, தொழில் பிரச்சனைகள், நெருங்கிய உறவினர்களின் இறப்பு, குழந்தை பெற இயலாமை, சுய கௌரவம் உள்ளிட்ட பல்வேறு காரணிகள் தூண்டுதலாக இருக்கின்றன.

உளவியலர் விக்டர் பிராங்கிள், எதிர்பார்த்தது நடக்காமல் போவது அல்லது காலம் தாழ்த்துவது, தோல்வி, சலிப்பு, விபத்து, இயலாமை, மிரட்டல்கள் போன்றவை நம் மனதில் ஒரு வெற்றிடத்தை உருவாக்குகின்றன. அவ்வெற்றிடத்தை நாம் எதைக் கொண்டு நிரப்புகிறோம் என்பது மிகவும் முக்கியம் எனச் சொல்கிறார். வாழ்வின் எல்லா நிகழ்வுகளிலும் அர்த்தம் பொதிந்திருக்கிறது, அதைக் கண்டுபிடிக்கும் ஆற்றலும் எல்லா மனிதருக்கும் இருக்கிறது. அர்த்தத்தைக் கண்டுபிடித்து, அவ்வெற்றிடத்தை நிரப்ப வேண்டும் எனக் குறிப்பிடுகிறார். ஆனால், போதைப் பொருட்களால், எதிர்மறை எண்ணங்கள் மற்றும் நடவடிக்கைகளால், மனச்சோர்வு, தனிமை, குற்றவுணர்வினால் அவ்வெற்றிடத்தைச் சிலர் நிரப்புகிறார்கள். இது தற்கொலைக்கு இட்டுச் செல்கிறது என மேலும் விளக்குகிறார்.

இறந்தவரை உடற்கூறாய்வு செய்து இறப்பின் காரணம் அறிவதுபோலவே, நடந்து முடிந்த தற்கொலை குறித்து ஆய்வு செய்வதற்கு உளவியல் உடற்கூறாய்வு (Psychological Autopsy) நடைமுறையில் இருக்கிறது. இந்த நடைமுறையில், இறந்தவரின் குடும்பத்தினர், உறவினர்கள், நண்பர்கள், சிகிச்சை அளித்தவர்கள் அனைவரிடமும் கேள்வி கேட்பார்கள். இதோடுகூட, மருத்துவ மற்றும் மனநல சிகிச்சையின் அறிக்கைகள், ஆவணங்கள் அனைத்தையும் ஆய்வுக்கு உட்படுத்துவார்கள். அவ்வாறான உளவியல் உடற்கூறாய்வின்படி, நடந்து முடிந்த தற்கொலைகளுக்கு மனநலச் சிக்கல்கள் காரணமாக இருந்ததை எண்ணற்ற ஆய்வுகள் நிரூபித்துள்ளன. மேலும், மற்றவர்களுடன் ஒப்பிடுகையில், மனச்சோர்வு உள்ளவர்கள் தற்கொலை செய்துகொள்வதற்கான வாய்ப்பு 20 மடங்கு கூடுதலாக உள்ளதாகவும் ஆய்வுகள் குறிப்பிடுகின்றன. எனவே, தற்கொலை என்பது மனநோய் அல்ல. குணப்படுத்தக்கூடிய மனஅழுத்தம், மனச்சோர்வு, அதீத மகிழ்ச்சி அல்லது அதீத மனச்சோர்வு எனப்படும் இருமுனைக் கோளாறு, உணவு உண்ணுதல் கோளாறு போன்ற பலவற்றைக் கவனிக்காமல் விட்டதன் தீவிர விளைவே, தற்கொலைக்கு இட்டுச்செல்கிறது.

தற்கொலை என்பது நம்மளவில் நின்றுவிடுவதல்ல. குடும்பத்தினர், நண்பர்கள், உறவினர்கள் அனைவரையும் உடல், மன, பொருளாதார அளவில் பாதிக்கிறது. சமூகத்தின் முன் குற்றவுணர்வோடு வாழ வைக்கிறது. மேலும், மரபணு வழியாக நம் அடுத்தடுத்த தலைமுறையையும் தற்கொலையை நோக்கித் தள்ளுவதாக எண்ணற்ற ஆய்வுகள் நிரூபித்துள்ளன. எனவேதான், தற்கொலை எண்ணம் உள்ளவர்கள், மனநல ஆலோசனைக்கு வரும்போது "இதற்கு முன்பு, உங்கள் குடும்பத்தில் யாராவது தற்கொலை செய்துகொண்டுள்ளார்களா?" என மனநல மருத்துவர்கள் கேட்கிறார்கள். நாம் எடுக்கும் தவறான முடிவுகளுக்கு நம் சந்ததியை பலிகொடுப்பது நியாயம் அல்லவே!

பொதுவாக, தற்கொலை நடவடிக்கைகளை மூன்று பகுதிகளாகப் பிரிக்கலாம்.

(1) எல்லாருக்கும் சுமையாக இருப்பதாகவும், தம்மை மற்றவர்கள் ஏமாற்றிவிட்டதாகவும் நினைத்து, தன் வாழ்வை முடித்துக்கொள்ள நினைப்பது.

(2) எந்தெந்த வழிகளிலெல்லாம் நிறைவேற்றுவது எனத் திட்டமிடுவது, வழிகளைத் தேர்ந்தெடுப்பது.

(3) தற்கொலைக்கு முயல்வது.

இதில் எந்த நிலையில் நாம் இருந்தாலும் நண்பர்கள் அல்லது நம்மீது அக்கறையும் அன்பும் உள்ளவர்களிடம் பகிர்ந்துகொண்டு மனதை இலகுவாக்க அச்சப்படக் கூடாது. தனியறையில் முடங்கக் கூடாது.

நமக்குத் தெரிந்தவர்கள் அதீத பதற்றத்துடன் இருந்தாலோ, பேசுவதையும் பழகுவதையும் குறைத்துத் தனிமையை அதிகம் நாடினாலோ அவரோடு பேச எல்லா வழிகளிலும் முயற்சி செய்ய வேண்டும். கைபேசியில் அழைப்பவரின் குரலில் ஆழ்ந்த சோகம் அல்லது பதற்றத்தை உணர்ந்தால், எவ்வளவு முக்கியமான வேலையில் நாம் இருந்தாலும், அதை ஒதுக்கிவிட்டு, அழைத்தவருடன் பேச வேண்டும். தான் பேசுவதைக் கேட்க ஒருவர் இருக்கிறார் என்பதே அவர் மீதும், அவரின் எதிர்காலம் மீதும், மற்றவர்களின் மீதான அவரது நம்பிக்கையை அதிகரிக்கச் செய்யும். இதனை, "சிறு வயதில் குறைவான தன்மதிப்பு உடையவனாகவே இருந்தேன். தற்கொலை எண்ணமெல்லாம் இருந்தன. ஆனால், ஆன்மிகத்தில் என்னை ஈடுபடுத்தியது, ரோஜா

படம் வெற்றி பெற்றது, மற்றும் அன்பெல்லாம் கிடைத்தவுடன் அதெல்லாம் போய்விட்டது'' என்று இசையமைப்பாளர் ஏ.ஆர். ரஹ்மான் கூறியதிலிருந்து புரிந்துகொள்ள முடியும்.

எனக்கென்று யாருமே இல்லை. நான் நல்லவனாக இருந்து என்ன பயன்? யாரையுமே நம்பக் கூடாது என்னும் எதிர்மறைக் கருத்து வலுப்படுகிறபோது, நண்பர்களையோ நல்ல உறவுகளையோ தேடிச் சிலர் போக மாட்டார்கள். நண்பர்களே அழைத்துப் பேசினாலும் தவிர்ப்பார்கள். வாழ்வதற்குப் பதிலாகச் செத்துவிடலாம் எனவும் சொல்வார்கள்.

ஆற்றுப்படுத்தும் அமர்வுக்கு வந்த ஒருவர், "எனக்குப் பெரிய பிரச்சினைகள் இருக்கின்றன. எனக்கு வாழவே பிடிக்கவில்லை'' என்றார். அவர் பேசுவதைக் கேட்டுக்கொண்டே இருந்த ஆற்றுப்படுத்துநர்,

"உங்களைப் பொறுத்தவரையில் 'பெரிய' என்பதன் வரையறை என்ன?'' என்று கேட்டார். வந்தவருக்குப் புரியவில்லை. கேள்வியை மீண்டும் கேட்ட ஆற்றுப்படுத்துநர்

"பெரிய என்றால் கிரிக்கெட் பந்து அளவா? கால்பந்து அளவா? திருச்சி மாவட்டம் அளவு பெரியதா? பூமிப்பந்து அளவு பெரியதா?'' வந்தவர் யோசிக்கத் தொடங்கினார்.

அடுத்தடுத்த அமர்வுகளில் எதிர்மறை எண்ணங்களை நேர்மறை எண்ணங்களாகச் சீரமைக்கப் பயிற்சி அளிக்கப்பட்டது. "நான் தகுதியற்றவன், பிரச்சனையைத் தீர்க்கும் அளவு ஆற்றலற்றவன்'' எனத் தொடக்கத்தில் சொன்னவர்,

"எவ்வளவோ சிக்கல்களை நான் சரிசெய்திருக்கிறேன். இதையும் என்னால் சரிசெய்ய முடியும்'' என்றார்.

"யாருக்குமே நான் முக்கியமல்ல'' என்றவர், "என் மீது அக்கறை கொண்டுள்ள பலர் உடன் இருக்கிறார்கள்'' என்றார்.

"எல்லாரும் நேர்மையற்றவர்கள், யாரையும் நம்பக்கூடாது'' என்றவர். "நான் நம்பக்கூடியவர்களும் என்னை நம்புகிறவர்களும் உடன் இருக்கிறார்கள்'' என்றார்.

இப்போது அவர் நலமுடன் வாழ்கிறார். சரியான நேரத்தில் உதவி நாடுவதும், உடனிருப்பை நல்குவதும் நம்மையும் அயலாரையும் காப்பாற்றும்.

செப்டம்பர், 10, 2021

09

தற்கொலை செய்தவர்களின் உறவினர்களைக் கவனிப்போம்!

ஒவ்வோர் ஆண்டும் எச்.ஐ.வி., மலேரியா, மார்பகப் புற்றுநோய், கொலை மற்றும் போரினால் இறப்பவர்களைவிடத் தற்கொலையால் இறக்கிறவர்களின் எண்ணிக்கை அதிகம் என்கிறது உலக சுகாதார நிறுவனம்.

2020-இல் இந்தியாவில் நிகழ்ந்த 1,53,052 தற்கொலைகளில் தமிழ்நாட்டில் மட்டும் 16,883 தற்கொலைகள் நடந்துள்ளதாகவும், அதில் 22 சம்பவங்கள் கூட்டுத் தற்கொலைகள் என்றும் தேசிய குற்ற ஆவணக் காப்பகம் பதிவு செய்துள்ளது.

அக்கறை என்ற பெயரில்...

தன்னையே ஒருவர் மாய்த்துக்கொள்வதை ஆதரிப்போர் இல்லை. ஆனால், தற்கொலையை அவலச் சாவாகவும், நரகத்துக்கான சுய தேர்வாகவும் பேசுகிற சமூக மனநிலை, சமய நம்பிக்கை பெருமளவில் மாறவில்லை. தற்கொலை அல்லாது வேறு காரணங்களால் உயிரிழந்தவரின் உடலை வீட்டில் வைத்து

சடங்குகள் செய்து, சமய நம்பிக்கைப்படி ஆலயங்களில் வழிபாடு நடத்தி பிறகு எரியூட்டுவதோ அல்லது அடக்கம் செய்வதோ பொதுவான வழக்கம்தான். தற்கொலை செய்தவர்களுக்கு பல சமூகங்களில் இந்தச் சடங்குகளும் வழிபாடுகளும் நடப்பதில்லை, கல்லறைகளிலும் அனுமதி கிடைப்பதில்லை. உறவுகள் அழுவதற்கும் நேரமில்லை.

இறந்தவருக்குச் செய்யும் சடங்குகள் அவருக்கானது மட்டுமேயல்ல. அவரைப் பிரிந்துள்ள குடும்பத்தினரின் வேதனை வடியவும், ஆறுதல் வழங்கவும், நம்பிக்கை வளர்க்கவுமான சமூக வழக்கம். ஆனால், தற்கொலைச் செய்தியின் அதிர்ச்சியிலிருந்து மீள்வதற்குள் வெகுவிரைவாக உடலுக்கு நெருப்பிட்டு அல்லது மண்ணிட்டு, உடனேயே வந்திருக்கும் சில உறவுகளும் கிளம்பிவிடுகிறார்கள். ஏழாம் நாளிலோ நாற்பதாம் நாளிலோ மற்றுமொரு சடங்கு, அவ்வளவுதான். அவரவர் வேலையில் அவரவர் பரபரப்பு.

தற்கொலை செய்தவரின் குடும்பத்தினரோ, அவமானம், குற்ற உணர்வு, கோபம், வெறுப்பு, தனிமை உள்ளிட்ட உணர்வுச் சுழலில் சிக்கிச் சுழல்கிறார்கள். அக்கறை என்னும் பெயரில் ஏன், எதற்கு, எப்படி என்று புலனாய்வு செய்வதுடன் தற்கொலை செய்தவரை குடிகாரன், பொறுப்பற்றவன், பாவி, கோழை, நடத்தை கெட்டவள் என குற்றம் சுமத்துகிறவர்களுக்கு மத்தியில் அவதியுறுகிறார்கள்.

நான்தான் காரணமோ!?

தற்கொலை செய்தவர்களது குடும்பத்தினரின் துயரமும் நோய், விபத்து, கொலை, இயற்கைப் பேரிடரில் உறவுகளை இழந்தவர்களின் துயரமும் வெவ்வேறானவை என்பதை எண்ணற்ற ஆய்வுகள் நிரூபித்துள்ளன. குறிப்பாக,

(1) ஏன் தற்கொலை செய்துகொண்டார்? 'நான் செலுத்திய பாசம் அவர் உயிர் வாழ்வதற்கு போதுமானதாக இல்லாமல் போய்விட்டதா?'; 'சிறிது நேரத்துக்கு முன்புகூட என்னோடு பேசிக்கொண்டுதானே இருந்தாள். ஏன் சொல்லாமல் போனாள்?' போன்ற கேள்விகளுக்குப் பதில் தேடும் தொடர் போராட்டம்.

(2) தற்கொலைக்கு நான்தான் காரணமோ? 'நான்தான் ஏதோ தவறு செய்துவிட்டேன். நான் மட்டும் கோபப்படாமல் இருந்திருந்தால்?'; 'நான் மட்டும் அவள் கேட்கும்போது

சரின்னு சொல்லியிருந்தால்?' என்பதுடன், 'முன்கூட்டியே கவனிக்காமல் போய்விட்டேனே' என்று தன்னையே குற்றம் சுமத்தி குற்ற உணர்வில் உழல்வது.

(3) தற்கொலை செய்த வழிமுறை குறித்து மிகப்பெரிய அவமானம், களங்கம் மற்றும் தற்கொலைதான் என்று வெளிப்படையாகச் சொல்ல முடியாமல் மறைக்கவேண்டிய கட்டாயம்.

(4) ஊரில் நடக்கும் கூடுகைகள், திருவிழாக்கள், குடும்ப நிகழ்வுகளில் ஒதுக்கப்படுவது மற்றும் தாங்களே ஒதுங்கிக்கொள்வது.

(5) நேசத்துக்குரியவர் தற்கொலை செய்து இறந்த பிறகு, குடும்பத்தினருக்கும் தற்கொலை எண்ணம் வருவது, போன்ற துயர உணர்வுகள் முன்னிலை பெறுகின்றன.

(6) தாய், தந்தை, பிள்ளை, கணவர், மனைவி என தற்கொலை செய்தவருடனான உறவு நெருக்கம் மற்றும் குடும்பத்தில் அவரின் முக்கியத்துவத்தைப் பொறுத்து துயரின் தீவிரம் அதிகரிக்கிறது. எதைக் குறித்தும் முடிவெடுக்க முடியாமல் வெறுமை சூழ்கிறது. எதிர்காலம் நெருப்பாய்ச் சுடுகிறது.

'உங்கள் வலி புரிகிறது' எனச் சொல்லாதீர்!

தற்கொலை நடந்த பிறகு, அவர்களின் குடும்பத்தினர் மற்றும் நெருங்கிய நண்பர்களுடன் உடலாலும், உணர்வாலும் நாம் உடனிருக்க வேண்டும். அவர்கள் தனியாக இல்லை என உணரச் செய்ய வேண்டும். ஆற்றாமையில் புலம்பும் அவர்களின் உணர்வுகளை ஏற்றுக்கொள்வதுடன், மிகவும் பொறுமை காக்க வேண்டும். ஒருபோதும் தீர்ப்பளிக்கக் கூடாது. தற்கொலைக்கு இதுதான் காரணம் என்று சொல்ல முடியாது என்பதைப் புரிய வைத்து அவர்களின் குற்ற உணர்வு குறைவதற்கான முயற்சியில் ஈடுபட வேண்டும். உயிருடன் இருந்தபோது சொல்ல மறந்ததையும், தற்போது சொல்ல நினைப்பதையும் கடிதங்களாக எழுதச் சொல்லலாம். குடும்பத்தினரின் வலியை நம்மால் புரிந்துகொள்ள முடியாது என்பதால், 'உங்கள் வலி புரிகிறது' என்று சொல்வதைத் தவிர்ப்பது நல்லது.

மகிழ்ச்சியான நினைவுகளை மீட்டும் நாள்!

விடுமுறைகள், வார இறுதி நாட்கள், திருவிழாக்கள், பிறந்த நாட்கள், ஆண்டு நினைவு நாட்களில் தற்கொலை செய்தவர்களின்

நினைவுகளும் உணர்வுகளும் குடும்பத்தினருக்கு மேலெழும். அந்நாட்களில் குடும்பத்தினரைச் சந்திப்பது நலம் பயக்கும்.

ஒவ்வோர் ஆண்டும் நவம்பர் மாதம் நான்காவது வியாழக்கிழமை அமெரிக்காவில், 'அமெரிக்க நன்றி நாள்' கொண்டாடப்படுகிறது. வேலை காரணமாக தொலை தூரத்தில் இருந்தாலும் அந்நாளில் குடும்பத்தினர் ஒன்று கூடுவார்கள். இதனாலேயே, 'தற்கொலை செய்தவர்களின் உறவினர்களுக்கான நாள்' ஒவ்வோர் ஆண்டும் நன்றி நாளுக்கு முந்தைய சனிக்கிழமை நினைவுகூறப்படுகிறது.

குடும்பத்தினருடன் பேசும்போது, தற்கொலை செய்த முறையையும், அன்றைய நாளில் நடந்தவற்றையும் தவிர்த்து, இறந்தவரின் திறமைகள், நற்குணங்கள், மகிழ்ச்சியான நினைவுகள், பிரச்சினைகளை அவர் சமாளித்த விதம் போன்றவற்றை முன்னிறுத்திப் பேசலாம். இறந்தவரின் பெயரை அடிக்கடி குறிப்பிடுவது நல்லது. 'பரவாயில்லை பெயரை இன்னும் நினைவில் வைத்திருக்கிறார்கள்' என குடும்பத்தினர் மகிழ்வார்கள். மிக முக்கியமாக, குடும்பத்தினரிடம், தற்கொலைக்கான அடையாளங்கள் ஏதும் தெரிகிறதா என்பதிலும் கவனம் செலுத்த வேண்டும்.

தற்கொலை செய்தவர்களின் குடும்பத்தினரை சமூகத்துடன் உறவாட வைக்கவும், இயல்பான வாழ்வைத் தொடர வழிகாட்டவும் அமெரிக்காவில் ஆதரவு குழுக்கள் நிறைய செயல்படுகின்றன. தன்னைப்போலவே அன்புக்குரியவரை இழந்து வலியைச் சுமக்கிறவர்களின் கூடுகைகள் நம்பிக்கை அளிக்கின்றன. புரிந்துகொள்ளவும், ஆரோக்கியமாக வாழவும் ஆதரவுக்கரம் நீட்டுகின்றன.

இக்குழுவில் கலந்துகொண்ட பெக்கி ஆல்சன், "பெற்றோரை, உடன் பிறந்தவர்களை, குழந்தைகளை மற்றும் நண்பர்களை இழந்தவர்களுடன் என் கண்ணீரையும் அரவணைப்பையும் நான் பகிர்ந்துகொண்டேன். எங்கள் கதைகளைப் பகிர்வதன் வழியாக, இழப்பை வெளிப்படுத்துவதின் வேதனையைப் புரிந்துகொள்கிற மற்றும் இரக்கம் காட்டுகிற மனிதர்களால் நான் சூழப்பட்டிருப்பதை உணர்ந்தேன்" என்கிறார்.

கூடுகையை ஒருங்கிணைப்போம்!

தமிழ்நாட்டிலும் தன்னார்வ சேவை நிறுவனங்கள் ஒவ்வொரு மாவட்டத்திலும் ஆதரவு குழு கூடுகையை ஒருங்கிணைக்கலாம்.

இதற்கு அரசும் உரிய ஆதரவு நல்க வேண்டும். வேதனையில் சிக்குண்டு, 'ஏன் எனக்கு மட்டும் இப்படி?' எனச் சுருண்டு கிடப்பவர்கள், சத்தமாக அழ முடியாமல் வாய்விட்டுப் பேச முடியாமல் காயத்தோடு வாழ்கிறவர்களின் உலகம் ஒன்று இருப்பதைக் கண்டுகொள்வார்கள். ஒருவர் மற்றவருக்கு நோய் தணிக்கும் மருந்தாவார்கள்.

அதேபோல, குடும்பத்தில் ஒருவர் தற்கொலை செய்துவிட்டால் அதை குழந்தைகளுக்கும் பதின்பருவத்தினருக்கும் எப்படித் தெரியப்படுத்துவது? பள்ளியில் அல்லது விடுமுறை நாட்களில் மாணவரோ அல்லது ஆசிரியரோ தற்கொலை செய்துவிட்டால் மாணவர்களுக்கும் குடும்பத்தினருக்கும் எப்படிச் சொல்லுவது? அவர்களின் உணர்வுகளை எப்படிப் பக்குவப்படுத்துவது? என்பது குறித்து விழிப்புணர்வு ஏற்படுத்தலாம். தற்கொலையால் தவிக்கும் குடும்பத்தினரை நாம் கண்டுகொள்ளாமல் இருக்க முடியாது, இருக்கவும் கூடாது என்பதால் சமூகக் கடமை ஆற்ற எல்லாருமே விழிப்பாய் இருப்போம்.

நவம்பர் 11, 2021

10

பேயின் தாக்கமல்ல, நோயின் தாக்கம்

சமீபகால நகைச்சுவை - திகில் திரைப்படங்களைப் பார்த்து நாம் வயிறு வலிக்கச் சிரித்திருக்கிறோம். மனதில் உள்ள சுமை குறைந்த மகிழ்வில் நன்கு தூங்கியிருக்கிறோம். ஆனால், உண்மையிலேயே திகிலுறும்போது ஒருவரால் சிரிக்க முடியுமா? மனம் சமநிலையில் இருக்குமா?

திகிலுறச் செய்யும் நிகழ்வுகள் ஒருவிதப் பதற்ற மனநிலையை நமக்குள் தூண்டுகின்றன. இந்தத் தூண்டுதலால் பாதிக்கப்படாமல் ஒருசில நாட்களிலேயே பலர் சரியாகிவிடுகிறார்கள். ஆனாலும், மாதக்கணக்கில் வருடக்கணக்கில் திகிலிலிருந்து வெளியேற முடியாமல் சிலர் துன்புறுகிறார்கள். இவர்களை ‘உடல் பாதிப்பைத் தொடர்ந்த உளச் சீர்குலைவு’ Post-traumatic stress disorder (PTSD) உள்ளவர்கள் என உளவியல் வரையறுக்கிறது. திகில் அனுபவத்தை, நேரடி அனுபவத்தால் திகிலுறுவது, பிறருக்கு நடப்பதைப் பார்த்துத் திகிலுறுவது என இரண்டு வகையாக உளவியல் பிரிக்கிறது.

தனக்கும் பிறருக்கும்

இயற்கை அல்லது மனிதர்கள் ஏற்படுத்திய பேரழிவில் சிக்கியவர்கள், வாகன விபத்தைச் சந்தித்தவர்கள், சார்ஸ் போன்ற தொற்றுநோயால் பாதிக்கப்பட்டவர்கள், கரோனா நோயாளிகளுக்குச் சிகிச்சை அளித்த மருத்துவர்கள், செவிலியர்கள், மீன் பிடிக்கும்போது கடலில் விழுந்து மீண்டவர்கள், போர், கலவரம், தீவிரவாதத் தாக்குதலில் சிக்கியவர்கள், கொலை முயற்சியிலிருந்து தப்பியவர்கள், பாலியல் வன்புணர்வுக்கு உள்ளானவர்கள், பாலியல் சீண்டலுக்கு உள்ளான குழந்தைகள் அனைவருமே நேரடியாகத் திகிலுறுவதன் சாட்சிகள். மற்றவர்கள் கொல்லப்படுவதை, குடும்ப வன்முறையை, இயற்கைக்கு மாறான மரணத்தை, பாலியல் துன்புறுத்தலைப் பார்ப்பவர்கள் அனைவருமே பிறருக்கு நடப்பதைப் பார்த்துத் திகிலுறுவதன் எடுத்துக்காட்டுகள்.

மற்றவர்கள் மிரட்டப்படுவதை, கொலை செய்யப்படுவதை, குடும்ப வன்முறையை, இயற்கைக்கு மாறான மரணத்தை, பாலியல் துன்புறுத்தலைப் பார்ப்பவர்கள், பாலியல் வன்புணர்வு போன்ற வழக்கில் மிக நுட்பமாக சிறுசிறு தகவலையும் விசாரிக்கும் விசாரணை அதிகாரிகள் அனைவருமே பிறருக்கு நடப்பதைப் பார்த்து திகிலுறுவதன் சான்றுகள்.

பொதுவாக, நிகழ்வு நடந்த முதல் மூன்று மாதங்களுக்குள் நோய்க்கான அறிகுறிகள் தெரிய ஆரம்பிக்கும். இந்த அறிகுறிகள் அன்றாட நடவடிக்கைகளைத் தொந்தரவுக்கு உள்ளாக்கும்; வேலை செய்யும் இடம், அலுவலகம், வீடு, படிக்கும் இடம், நட்பு, உறவு அனைத்திலும் இயல்பாக இருக்க இயலாதவாறு பாதிப்பை ஏற்படுத்தும்.

‘நல்லாத்தாங்க இருந்தான், என்ன ஆச்சுன்னே தெரியல. விபத்துக்குப் பிறகு அப்படியே ஆளே மாறிட்டான். யாரிடமும் பேச மாட்டேங்கிறான், வீட்டைவிட்டு வெளியே போகவே மாட்டேங்கிறான்’ என புகார் சொல்வார்கள். வருவோர் போவோர் அனைவரும் அறிவுரை கூறுவார்கள்.

ஊடுருவல் அறிகுறிகள்

நடந்த நிகழ்வைச் சிலர் தாமாகவே மீண்டும் மீண்டும் நினைத்துப் பார்ப்பார்கள். அவர்களால் அதிலிருந்து வெளியேறவே முடியாது. தத்ரூபமாகத் தற்போதுதான் நிகழ்வதுபோல

நினைப்பார்கள். திகில் ஏற்படுத்திய நிகழ்வுகளை நினைவூட்டும் கொடுங்கனவுகள் அடிக்கடி வரும். சில நேரங்களில், நிகழ்காலம் குறித்த உணர்வு முழுவதும் மறந்து நாம் எங்கே இருக்கிறோம், அருகில் இருப்பது யார் என்கிற எந்த உணர்வும் இன்றிச் செயல்படுவார்கள். ஆறு வயதுக்குட்பட்ட குழந்தைகள் அந்த நிகழ்வை விளையாட்டாக விளையாடுவார்கள்.

'பொண்ணுக்கு பேய் புடிச்சிருக்கு! பரமக்குடி பக்கம் ஒருத்தர் பேய்க் கோளாறு இருக்கிறவங்களைப் பார்க்கிறாராம். போனா உடனே சரியாகிடுதாம். ஒருநாள் போய்ட்டு வாங்க' என அறிவுரை சொல்வார்கள். புறணி பேசத் தொடங்குவார்கள்.

திகிலுற்ற சிலர், இரவில் திடீரென்று விழித்தெழுவார்கள், அழுவார்கள், அஞ்சுவார்கள், பிதற்றுவார்கள். கல்லூரி விடுதியில் மின்சாரம் தாக்கி என் நண்பர் ஒருவர் பலியானார். மகனின் இறப்பைப் பெற்றோரால் ஏற்றுக்கொள்ளவே முடியவில்லை. ஒருநாள் இரவு நல்ல மழை பெய்தது. நள்ளிரவில் குடையை எடுத்துக்கொண்டு தெருவில் இறங்கி நடந்தார், அந்த நண்பரின் தந்தை. வீட்டில் இருந்தவர்கள் பதறி எழுந்து ஓடி அவரைப் பிடித்து நிறுத்தி, "எங்க போறீங்க?" எனக் கேட்டபோது, "மகன் மழைல நனைஞ்சிட்டு இருக்கான். அவனுக்குக் குடை கொடுக்கப் போறேன்" என்றாராம்.

ஒரு சத்தம், ஒரு சொல், ஒரு காட்சி ஏதோ ஒன்று திகிலை நினைவுபடுத்தும்போது அது தீவிரமான உணர்வுகளை வெளிப்படுத்தும், உடலும் எதிர்வினை செய்யும். 2004-ஆம் ஆண்டு ஓர் இரவில் இருசக்கர வாகனத்தில் சென்ற எங்கள் மீது ஒரு லாரி மோதிச் சென்றது. வண்டியை ஓட்டிய என் பெரியப்பா என் கண் முன்னே இறந்தார். எனக்குப் பெரிய அடியொன்றும் இல்லை. இரண்டு மாதங்களுக்குப் பிறகு ஒருநாள், பேருந்தின் வலதுபக்க சன்னல் ஓரம் அமர்ந்து பயணித்தேன். 'விஸ்க்' என பெருஞ்சத்தம் ஒருநொடியில் என் காதுகளைக் கடந்தது. அரண்டு இடப்பக்கம் விழுந்தேன். பிறகுதான் தெரிந்தது, பேருந்தை ஒரு லாரி கடந்து சென்றிருக்கிறது என்பது. இப்போது சென்ற லாரியின் வேகம், விபத்து நடந்தபோது எங்கள் மீது மோதிவிட்டு விரைந்து சென்ற லாரியின் பேரோசையை நரம்புகளுக்குள் கடத்திவிட்டது.

திகிலடையச் செய்த நிகழ்வைப் பற்றி எதார்த்தமாகக்கூட நினைக்க சிலர் விரும்ப மாட்டார்கள். அது குறித்து மற்றவர்கள் நினைவுபடுத்துவதையோ பேசுவதையோ ஏற்க மாட்டார்கள்.

எதையாவது சொல்லிப் பேச்சை மாற்றுவார்கள். நிகழ்வு நடந்த இடத்துக்குச் செல்வதைத் தவிர்ப்பார்கள். அதில் தொடர்புடைய மனிதர்களைச் சந்திக்க மறுப்பார்கள். திகிலை நினைவுபடுத்தும் பொருட்கள், செயல்கள், உரையாடல்கள், சூழ்நிலைகளைத் தவிர்ப்பார்கள்.

தன்னைப் பற்றியும், மற்றவர்கள் குறித்தும், உலகத்தைப் பற்றியும் எதிர்மறை எண்ணங்கள் தோன்றும். பயம், திகில், கோபம், குற்ற உணர்வு, அவமானம் போன்ற எதிர்மறை உணர்வுகள் அதிகம் இருக்கும். 'நான் மோசமானவன்'; 'இப்படி நடந்ததுக்கு நான்தான் காரணம்'; 'நான் எப்போதுமே தவறாகத்தான் முடிவெடுப்பேன்'; 'யாரையுமே நம்ப முடியாது'; 'உலகத்தில் பாதுகாப்பான இடமே இல்லை'; 'என்னுடைய நரம்பு மண்டலம் மொத்தமும் பாதிக்கப்பட்டுள்ளது' என நினைப்பர். பயம், திகில் கோபம், குற்ற உணர்வு, அவமானம் போன்ற எதிர்மறை உணர்வுகள் அதிகம் இருக்கும்.

முன்பு எதையெல்லாம் மகிழ்ச்சியாகச் செய்தார்களோ அவை அனைத்திலும் ஆர்வம் குறையும். மற்றவர்களிடமிருந்து விலகியே இருப்பார்கள். மகிழ்ச்சி, மனநிறைவு, திருமண உறவு போன்றவற்றில் நேர்மறை உணர்வுகளைத் தொடர்ந்து வெளிப்படுத்த இயலாமல் உணர்ச்சியே இல்லாதவர்போல் இருப்பார்கள்.

இவர்களைப் பார்த்து, 'பைத்தியம் பிடிச்ச மாதிரி பேசறா!' என ஒருவர் சொல்ல, 'ஆமா, இருக்கலாம், பாஸ்டர் ஒருத்தர் முழு இரவு செபம் செய்கிறார். குடும்பத்தோட போய் எல்லாரும் முழு இரவு செபம் செஞ்சா சரியாகிடும்' என அடுத்தவர் குறிப்பிட, 'தர்காவுல மந்திரிச்ச கயிறு வாங்கிக் கட்டினால் போதும்' என மற்றவர் பரிந்துரைக்க, 'குளித்தலை மந்திரவாதி மந்திரிச்சுக் கொடுக்கிற தாயத்தக் கட்டிவிட்டா எல்லாம் சரியாகிடும்' என இன்னொருவர் சொல்ல என்று குடும்பத்துக்குள் குழப்பத்தை உருவாக்கிவிடுவார்கள்.

எவ்விதத் தூண்டுதலும் இல்லாமலேயே, அல்லது குறைந்த தூண்டுதலுக்கே திகிலுற்ற சிலர் உடனடியாக எதிர்வினை ஆற்றுவார்கள். எரிச்சலுறுவார்கள், கோபப்படுவார்கள், கத்துவார்கள், சண்டைக்கு நிற்பார்கள், பொருட்களை உடைப்பார்கள். அதிகமாகக் குடிப்பார்கள், போதைப் பொருள் எடுப்பார்கள், அதிவிரைவாக வாகனம் ஓட்டுவார்கள், எளிதில்

பயப்படுவார்கள், எப்போதும் யாராவது உடன் இருக்க வேண்டும் என நினைப்பார்கள், தூங்குவதில் சிக்கல், கவனம் செலுத்துவதில் சிக்கல் அனுபவிப்பார்கள். தற்கொலை எண்ணமும் தலைதூக்கும்.

இயல்பு நிலைக்குத் திரும்புதல்

எல்லோருமே நோயாளிகளா என்று கேள்வி கேட்டால் 'இல்லை' என்பதுதான் பதிலாக இருக்கும். என்னென்ன அறிகுறிகள் இருக்கின்றன? எத்தனை அறிகுறிகள் இருக்கின்றன? நோய்க்குறிகளின் தீவிரம் என்ன? எவ்வளவு காலத்துக்கு ஒருமுறை வருகிறது? எவ்வளவு நேரம் நீடிக்கிறது? போன்ற பல்வேறு காரணிகளைத் தெரிந்த பிறகே 'உடல் பாதிப்பைத் தொடர்ந்த உளச் சீர்குலைவு' உண்டா இல்லையா என்பதை முடிவு செய்ய முடியும்.

ஆனால், திகிலுற்ற அனைவருக்குமே தற்காலிகமாகச் சில பிரச்சினைகள் இருக்கும். அந்த நினைவுகளிலிருந்து மீண்டுவருவதற்குச் சில நாட்கள் அல்லது வாரங்கள்கூட ஆகலாம். ஆற்றுப்படுத்துதல், தியானம், ஜெபம், நண்பர்களைச் சந்திப்பது, படைப்பாற்றல் வழியாக உணர்வுகளை வெளிப்படுத்துவது எனத் தங்களையே பலர் சரிசெய்துகொள்வார்கள். நடந்ததையே மறந்து அடுத்தடுத்த வேலைகளில் மூழ்கி இயல்பு நிலைக்குத் திரும்பிவிடுவார்கள்.

அதே வேளையில், முழுமையாக எல்லோரும் நலமடைந்துவிடுவார்கள் எனச் சொல்லவும் இயலாது. இயல்பு நிலைக்குத் திரும்பிய வெகு சிலருக்கு, பழைய நிகழ்வை நினைவுபடுத்தும் நிகழ்வுகள் நடக்கும்போதோ, புதிதாகத் திகில் அனுபவம் ஏற்படும்போதோ, அல்லது அன்றாட வாழ்வின் பதற்றங்களாலோ மாதங்கள் அல்லது வருடங்கள் கடந்தும் இதன் அறிகுறிகள் வெளிப்படலாம்.

'உடல் பாதிப்பைத் தொடர்ந்த உளச் சீர்குலை'வைக் குணப்படுத்த ஆய்வுகள் மூலம் நிரூபிக்கப்பட்ட உளநோய்த் தீர்முறைகள் (Psychotherapy) பல இருக்கின்றன. தீவிர நிலையில் உள்ளவர்களுக்கு மாத்திரைகளும் பயன்பாட்டில் உள்ளன. எனவே, உளவியல் நிபுணர்களிடம் அழைத்துச் செல்வோம். ஆற்றுப்படுத்துநர்களை நாடுவோம். திகிலுற்றவர்களுக்கு நம்பிக்கை கொடுப்போம். அவர்கள் அன்றாட வாழ்வில் இயல்பாக நடைபோட உதவுவோம்.

ஜூலை 8, 2021

11

மனநலப் பாதுகாப்பை நனவாக்குவோம்!

மனநலம் என்பது, ஓர் ஆணோ பெண்ணோ தன்னுடைய திறன் என்ன என உணர்வது, அன்றாட வாழ்வில் ஏற்படும் சராசரி மன அழுத்தங்களைச் சமாளிப்பது, ஆக்கப்பூர்வமாகவும் பயனுள்ள வகையிலும் வேலை செய்து, தனக்கும் தன் சமூகத்துக்கும் பங்களிப்பது, ஒருவருடைய எண்ணங்கள், உணர்வுகள், செயல்பாடுகள் ஆகியவை அந்நபருடைய உளவியல், உடலியல் வளர்ச்சியில் எதிர்மறைத் தாக்கத்தை ஏற்படுத்தாமல் இருப்பது ஆகும்.

மகிழ்ச்சியாக வாழவும், நம் ஆற்றலை முழுமையாக வெளிப்படுத்தவும், பணியாற்றும் இடங்களிலும் சமூகத்திலும் செயலூக்கத்துடன் பங்கேற்கவும் உடல் நலம், மன நலம், சமூக சூழமைவு ஆகிய மூன்றும் சரியாக இருக்க வேண்டும். ஆனால், உலகில் ஏறக்குறைய 100 கோடி மக்கள் மனநலச் சிக்கலால் அவதியுறுகிறார்கள். குறைவான வருமானம் உள்ள நாடுகளில் மனநலச் சிக்கலோடு வாழும் 75 சதவீதத்துக்கு மேற்பட்டோர் சிகிச்சை பெறுவதேயில்லை. ஒவ்வோர் ஆண்டும், போதை / மதுவினால் 30 லட்சம் பேர் இறக்கிறார்கள்.

வாழ்வைச் சிக்கலுக்கு இட்டுச் செல்லும் மனநலப் பிரச்சினைகள் குறித்து உலகெங்கிலும் விழிப்புணர்வு ஏற்படுத்துவதோடு மனநலத்தை மேம்படுத்துவதற்கான ஆதரவை ஒருங்கிணைக்கும்

நோக்கில் ஆண்டுதோறும் அக்டோபர் 10-ஆம் நாளன்று உலகெங்கும் 'உலக மனநல நாள்' கடைப்பிடிக்கப்படுகிறது.

அவரே பேச வைப்பார்

மனவியல், உளவியல் பிரச்சினைகளால் துன்புறுகிறவர்களை மனநல மருத்துவரிடம் அழைத்துச் செல்வதற்குப் பதிலாகப் போதிய விழிப்புணர்வு இல்லாததால் கோவில்கள், நண்பர்கள், பெரியவர்கள், பேய் ஓட்டுதல் என ஒவ்வொருவரிடமும் அழைத்துச்சென்று காலத்தைச் சிலர் வீணடிக்கிறார்கள். 'நண்பர்களும் பெரியவர்களும் தவறாகவா வழிகாட்டுவார்கள்?' எனக் கேட்கலாம். அப்படியல்ல. ஓர் உதாரணம் சொல்கிறேன். பன்னாட்டு நிறுவனத்தில் வேலை செய்த பெண் ஒருவர் திடீரென நோயுற்றார். மருத்துவரிடம் அழைத்துச் சென்றார்கள். ஆரம்பக்கட்ட பரிசோதனை முடிந்தது. வயிற்றில் புற்றுநோய் இருக்குமோ என்கிற ஐயத்தில் அடுத்தடுத்த பரிசோதனைகள் தொடர்ந்தன. 'வருவதை ஏற்றுக்கொள்ளவும் தைரியமாக இருக்கவும்' பலரும் அப்பெண்ணுடன் பேசினார்கள். இரண்டு வாரம் கழித்து, ஆற்றுப்படுத்துநரும் பேசினார். ஆற்றுப்படுத்துநருடனான சந்திப்புக்குப் பிறகு "இப்போது எப்படி இருக்கிறது?" என அப்பெண்ணிடம் குடும்பத்தினர் கேட்டார்கள். "இவர் என்னைப் பேச வைத்தார். இப்போது மனம் லகுவாக இருக்கிறது" என்றார் அப்பெண். ஆமாம், நண்பர்களும் பெரியவர்களும் பேசுவார்கள், அறிவுரை சொல்வார்கள். ஆற்றுப்படுத்துநர், மனநலச் சிக்கலில் உள்ளவரைப் பேச வைப்பார். பாதிக்கப்பட்டவரே முடிவெடுக்க வழிகாட்டுவார்.

ஒத்துழைப்பும் பொறுமையும்

நாம் மருத்துவமனைக்குச் செல்லும்போது, நோய்க்கான காரணத்தை அறிய அலோபதி மருத்துவர் பல்வேறு பரிசோதனைகள் செய்யச் சொல்வார். என்ன நோய் என்பதையும் அதன் தீவிரத்தையும் பரிசோதனையின் முடிவுகள் தெளிவுபடுத்தும். தேவையேற்படின் மேலதிக பரிசோதனை செய்யவும் மருத்துவர் பரிந்துரைப்பார். என்ன நோய் எனக் கண்டறிந்தபிறகு சிகிச்சை தொடங்குவார். நாம் விரும்பாமல் விழுங்கினால்கூட, தூங்கினாலும் விழித்திருந்தாலும் மருந்து குணமளிக்கும் பணியைச் செய்யும்.

மனநல சிகிச்சை முற்றிலும் வேறுபட்டது. சுகம் பெற வேண்டுமென்றால் நோயுற்றவரின் முழு ஒத்துழைப்பு அவசியம்.

என்ன நோய் என்பதையும் அதன் காரணத்தையும் புரிந்துகொள்ள அடுத்தடுத்த கேள்விகளோடு மனநல மருத்துவர் வழிநடத்தும்போது எதையும் மறைக்காமல் சொல்ல வேண்டும். வாழ்வில் நடந்த பல்வேறு நிகழ்வுகளில் ஏதோ ஒரு குறிப்பிட்ட நிகழ்வுதான் நோயின் தூண்டுதலாக (Triggering point) இருந்திருக்கும். அதைக் கண்டுபிடிக்க வேண்டும். நோயின் தீவிரத்தைக் கண்டறிய சில பயிற்சிகள் கொடுக்கும்போது தவறாமல் செய்ய வேண்டும்.

நேடியாகச் சென்று பார்க்க இயலாத கரோனா காலத்திலிருந்து மெய்நிகர் ஆற்றுப்படுத்துதல் / உளவியல் சிகிச்சைகள் உலகெங்கும் வளர்ந்து வருகின்றன. மெய்நிகர் வழியாக வழிகாட்டுதல் வேண்டுகிறவர் மனதளவில் தயாராக இருப்பதுடன் அலைபேசியில் போதுமான அளவு சார்ஜ் ஏற்றி, இணைய வசதி உள்ள, கவனச் சிதறல் ஏற்படாத இடத்தில் அமர்ந்து பேச வேண்டும். சில அமர்வுகளுக்குப் பிறகுதான் தேவையிருப்பின் சிகிச்சைகள் தொடங்கும். நடத்தைசார் மாற்றங்கள் (Behavioral changes), எண்ணங்களைச் சீர்படுத்துவது (Cognitive reframing) அல்லது மேற்சொன்னவற்றுடன் மாத்திரையும் சேர்த்துப் பரிந்துரைப்பது எனச் சிகிச்சைகள் மாறுபடும். துரித உணவகம்போல துரித சுகம் வாய்ப்பில்லை என்பதால் பொறுமை அவசியம்.

உளவியல் முதல் உதவி

திருட்டு, வன்முறை, தீவிரவாத தாக்குதல், புயல், வெள்ளம், பூகம்பம், தீ மற்றும் வாகன விபத்துகளில் பாதிக்கப்பட்டவர்களும், குழந்தைகளையும் உறவினர்களையும் மருத்துவமனையில் அனுமதித்துள்ள பெற்றோரும் உற்றாரும் அதிர்ச்சியிலும் ஆற்றாமையிலும் உழல்வார்கள். அவ்வேளைகளில், பெரும்பாலும் குடும்பத்தினர், அண்டைவீட்டார், ஆசிரியர்கள் அல்லது யாரோ ஒருவர் அருகில் இருப்பார்கள். சில நேரங்களில் மருத்துவர்கள், செவிலியர்கள், காவலர்கள், தீயணைப்பு வீரர்கள் வருவார்கள். பாதிக்கப்பட்டவர்களுக்கு, இவர்கள் அளிக்கும் 'உளவியல் முதல் உதவி' காலத்தாற் செய்த உதவியாக மிகுந்த பலனளிக்கும். பாதுகாப்பு உணர்வு, மற்றவர்களுடன் தொடர்பில் இருப்பது, உணர்வுரீதியான ஆதரவு, மனம் அமைதியுடைவது, உள்ளிட்டவை தங்களைத் தாங்களே வலுப்படுத்தவும், ஆற்றல்களை மீட்டெடுக்கவும் பாதிக்கப்பட்டவர்களுக்குப் பேருதவியாக இருக்கும்.

எனவே, மாணவர்களுக்கும், ஒவ்வொரு துறைசார் பணியாளர்களுக்கும் உளவியல் முதல் உதவி குறித்து அவசியம் கற்றுக்கொடுக்க வேண்டும். அதாவது,

(1) மனிதாபிமானத்துடன் கூடிய ஆதரவும் அக்கறையும் காட்டுதல்.

(2) உடனடித் தேவை என்ன என மதிப்பிடுதல்.

(3) உணவு, தண்ணீர் போன்ற அடிப்படைத் தேவைகளை நிறைவேற்றுதல்.

(4) அவர்கள் பேசுவதைக் கேட்டல். (பேசுமாறு கட்டாயப்படுத்தக் கூடாது).

(5) மனம் அமைதியடைய உதவுதல்.

(6) தேவையான தகவல்கள், சேவைகள், மற்றவர்களின் ஆதரவைப் பெற உதவுதல்.

(7) கூடுதலாக, உடல்/மன காயம் ஏற்பட்டுவிடாமல் பாதுகாத்தல்.

(8) பாதிக்கப்பட்டவர்களின் பாதுகாப்பு, கண்ணியம், உரிமைகளை மதித்தல். பாதுகாப்பு உணர்வு, மற்றவர்களுடன் தொடர்பில் இருப்பது, உணர்வு ரீதியான ஆதரவு, மனம் அமைதியடைவது, உள்ளிட்டவை தங்களைத் தாங்களே வலுப்படுத்தவும், ஆற்றல்களை மீட்டெடுக்கவும் பாதிக்கப்பட்டவர்களுக்கு பேருதவியாக இருக்கும்.

உளவியல் படிப்போம்

உலக அளவில் மனநல மருத்துவர்களின் எண்ணிக்கையும் மிகக் குறைவாகவே இருக்கிறது. 2017 நிலவரப்படி உலகில் ஒரு லட்சம் மக்களுக்கு 9 மனநல மருத்துவர்களே இருப்பதாக ஜான் எஃப்லய்ன் தன் ஆய்வில் (2021) குறிப்பிட்டுள்ளார். அதிகபட்சமாக ஐரோப்பாவில் 50 பேர் இருப்பதாகவும், அமெரிக்காவில் 10.9, மேற்கு பசிபிக் நாடுகளில் 10, கிழக்கு மத்திய தரைக்கடல் நாடுகளில் 7.7, ஆப்பிரிக்க நாடுகளில் 0.9, வங்கதேசம், பாக்கிஸ்தான், இந்தியா உள்ளிட்ட தெற்காசிய நாடுகளில் 2.5 பேர் மட்டுமே இருப்பதையும் இந்த ஆய்வு சுட்டிக்காட்டியுள்ளது. எனவே, இனிவரும் காலங்களில் கல்லூரிகளில் உளவியல் பாடப்பிரிவு இருப்பதை உறுதிசெய்ய வேண்டும். மாவட்ட

அளவில் மனநல மருத்துவமனைகளும், தாலுகா அளவில் ஆற்றுப்படுத்தும் மையங்களும் தொடங்கப்பட வேண்டும். தொலைக்காட்சி வழியாகவும், சமூக ஊடகங்கள் வழியாகவும் மனநலன் குறித்த தொடர் விழிப்புணர்வை முன்னெடுக்க வேண்டும்.

அக்டோபர் 10, 2021

12

நம் வாழ்வு நமதென்போம்!

இயல்பிலேயே ஒவ்வொருவரும் ஆற்றல் மிகுந்தவர்கள். சவால்கள், சங்கடங்கள், கொந்தளிப்புகளைச் சமாளித்து முன்னேறுகிறவர்கள். ஆனாலும், உலக மக்கள் தொகையில் மூன்றில் ஒரு பகுதியினர், குறிப்பாக ஆண்களைவிட அதிகமான பெண்கள் மன அழுத்தத்தால் (stress) அவதிப்படுகின்றனர்.

நாள்பட்ட மன அழுத்தம் பதற்றம், மனச்சோர்வு, தூக்கக் கோளாறு, செரிமானப் பிரச்சினை, மது மற்றும் போதைப் பழக்கம் உள்ளிட்ட மனநலச் சிக்கல்களுக்கும் உடல் உபாதைகளுக்கும் இட்டுச் செல்வதால், மன அழுத்தம் குறித்து விழிப்புணர்வு ஏற்படுத்தவும் தற்காத்துக்கொள்ளும் வழிமுறைகளைக் கற்பிக்கவும் 1998 முதல் ‘உலக மன அழுத்த விழிப்புணர்வு நாள்’ நவம்பர் 2-ஆம் தேதி கடைப்பிடிக்கப்படுகிறது.

நிகழ்வுகளும் எதிர்வினைகளும்

தேர்வு காலம், வருமான வரி தாக்கல் செய்வதற்கான கடைசி நாளின் நெருக்கம், அலுவலகத்துக்குச் செல்லும் காலைப்பொழுது, போக்குவரத்து நெரிசலில் வாகனம் ஓட்டுதல், கூட்டத்துக்குத்

தாமதமாதல், மறுக்க முடியாமல் பல்வேறு பணிகளை ஏற்றுக்கொள்ளுதல், நாம் பேசும்போது மற்றவர்கள் கவனிக்காதது, வாகனம் பழுதடைவது, செல்பேசியில் சார்ஜ் இல்லாதது, குழந்தை அல்லது இணையருடன் ஏற்படும் வாக்குவாதம் உள்ளிட்ட அன்றாட நிகழ்வுகளின் மீதான நம் எதிர்வினைகளே மன அழுத்தமாகின்றன. வருவதும் போவதும் தெரியாமல் நம் நிகழ்பொழுதைச் சீரற்றதாக்கும் இவை நுண்கடும் (acute) மன அழுத்தம் எனப்படுகின்றன.

யாருக்கு ஏற்படும்?

வீடுகளில், காப்பகங்களில் நீண்ட நாட்கள் நோயுற்றிருப்பவர்களையும், மாற்றுத்திறனாளிகள், மனநலம் குன்றியவர்கள் மற்றும் சிறப்புக் குழந்தைகள் போன்றோரையும் பல ஆண்டுகளாகப் பராமரிக்கிறவர்கள் நாள்பட்ட (chronic) மன அழுத்தத்திற்கு ஆளாகிறார்கள்.

கல்வி, பணி உயர்வு, வெற்றி, எதிர்பார்ப்புகள், திருமணம், நோயுறுவது, விபத்து, வேலை இழப்பு, நெருங்கியவரின் இறப்பு உள்ளிட்ட பல்வேறு மாற்றங்களை எதிர்கொள்ளும்போது, ‘இந்த மாற்றங்கள் இயல்பானவைதாம், நல்வாழ்வுக்கான அச்சுறுத்தல் இல்லை’ என்கிற புரிதல் உள்ளவர்கள் புன்னகையுடன் கடந்து செல்கிறார்கள். மற்றவர்கள் மன அழுத்தத்திற்கு இரையாகிறார்கள். அதைப் பற்றியே தொடர்ந்து தீவிரமாக யோசிப்பதால், கவலைப்படுவதால் மனச்சோர்வுக்கு உள்ளாவதாக ஆய்வுகள் குறிப்பிடுகின்றன.

எதிர்கொள்ளும் விதம்

நம் எதிர்பார்ப்புக்கு மாறான நிகழ்வுகளை நாம் எதிர்கொள்ளும் விதமே எந்த அளவுக்கு மன அழுத்தத்தில் நாம் அமிழ்ந்திருக்கிறோம் என்பதைச் சொல்லிவிடும். குறிப்பாக, சாதாரண பிரச்சினைகூட உயிர்போகிற காரியம்போல செயல்படுகையில் மிக மோசமானதாக மாறிவிடுகிறது. குழப்பச் சூழலைத் தெளிவாகப் புரிந்துகொள்ளவும், வெவ்வேறு வழிமுறைகளைச் சிந்திக்கவும் விடாமல் தடுக்கிறது. சொல்ல நினைத்ததைக் கடைசிவரை சரியாகச் சொல்ல முடியாமல் போகிறது. அதேபோல, இரவு பகலாக நாம் விரும்பிச் செய்து முடித்த ஒன்றை மகிழ்ந்து அனுபவிக்க இயலாத மனநிலையில் மருகுகிறோம்.

கையாளும் விதம்

“மன அழுத்தம் ஏற்படுத்தக்கூடிய நிகழ்வுகளை எப்படிப் பார்க்கிறீர்கள், எப்படி அதைக் கையாள்கிறீர்கள் என்பதே, அந்நிகழ்வு மன அழுத்தத்துக்கு இட்டுச் செல்லுமா செல்லாதா என்பதை முடிவு செய்யும்” என்கிறார் உளவியலாளர் செலிக்மன். உதாரணமாக, தொடர்வண்டியில் ஏறுவதற்கு முன்பாக பணம் எடுக்க ஏ.டி.எம்., சென்றார் நண்பர் ஜெகன். நீண்ட வரிசையில் நின்றார். பணம் எடுக்கத் தெரியாமல் சிலர் தடுமாறினார்கள். நெடுநேரம் ஆனது.

காத்திருந்த பலரும் அதைப் பெரிதுபடுத்தாமல் அலைபேசியில் பரபரப்பாக இருந்தார்கள். ஜெகனால் ஒரு நிலையில் நிற்க முடியவில்லை. மணியை அடிக்கடி பார்த்தார். தரையை உதைத்துக்கொண்டே நின்றார். தனக்குத்தானே புலம்பிக்கொண்டிருந்தவர் ஒருகட்டத்தில், “வேகமா எடுத்துட்டு வாங்கங்க. எப்படி எடுக்குறதுன்னு தெரியலைன்னா, தெரிஞ்சவங்களக் கூட்டிட்டு வந்திருக்க வேண்டியதுதானே” எனக் கத்தினார். வரிசையில் நின்ற சிலர் அவரை விசித்திரமாகப் பார்த்தார்கள்.

இரண்டு மாதங்களுக்குப் பிறகு தம் நண்பருடன் இருசக்கர வாகனத்தில் சென்ற ஜெகன் விபத்தில் சிக்கினார். ஜெகனுக்கு அதிக அடி இல்லை. நண்பர் உயிருக்குப் போராடினார். விரைந்து எழுந்த, ஜெகன் உடனடியாக தன் சட்டையைக் கழற்றி நண்பரின் காயத்தின் மீது கட்டுப் போட்டார். அவசர ஊர்திக்கும் வீட்டுக்கும் தகவல் சொன்னார். அவசர ஊர்தி வந்த பிறகே உடலும் மனமும் களைத்து அமர்ந்தார். எல்லோரும் அவரின் தைரியத்தைப் பாராட்டினார்கள். தான் சுறுசுறுப்பாக இயங்கியதை ஜெகனாலேயே நம்ப இயலவில்லை.

இரண்டு நிகழ்வுகளுமே மன அழுத்தத்திற்கான காரணிகள்தாம் என்றாலும் இரண்டையும் ஜெகன் பார்த்த, கையாண்ட விதம் வெவ்வேறானவை. முதல் நிகழ்வில், சரியான திட்டமிடல் இல்லாமல் ஏ.டி.எம்., சென்றதால் எழுந்த அழுத்தத்தில் கத்தினார். இரண்டாவது நிகழ்வில், நண்பரைக் காப்பாற்ற வேண்டும் என்கிற வேகம் மட்டுமே இருந்தது.

வீடு, அலுவலகம், கடைகள், கூட்டங்களில் நாம் சந்திக்கும் ஒவ்வொரு நிகழ்வையும் வெவ்வேறு கோணங்களில் பார்க்கப்

பழகினால், பல நிகழ்வுகள் மன அழுத்தத்துக்கு உரியவையாகவே இருக்காது அல்லது குறைந்த மன அழுத்தத்திற்கு உரியவையாக இருக்கலாம். பயனுள்ள நிகழ்வாகத் தோன்றலாம், மேலும் அச்சூழலைச் சமாளிக்கும் வழிமுறைகள் வசப்படலாம்.

ஆரோக்கியமாக வாழலாம்

மன அழுத்தம் குறித்து முதன் முதலில் வரையறை செய்த ஹான்ஸ் செல்யே (*Hans Selye*) “மன அழுத்தம் என்பது நம் வாழ்வின் ஒரு இயல்பான பகுதியாகும் அதைத் தவிர்க்க முடியாது. ஆனால், உடல் உறுப்புகள் உயிர்வாழ ஆரோக்கியமான மற்றொன்றை அது தழுவிக் கொள்வது அவசியம்” என்கிறார். அதாவது, மன அழுத்தம் தரும் ஒவ்வொரு காரணிக்கும் உடனடியாக எதிர்மறையாக வினை ஆற்றாமல் இருக்க, நம்மிடம் உள்ள மற்ற வளங்களின் துணையை நாடுவது. குளிர்ந்த நீர் பட்டாலும் பொரிந்துவிழச் செய்யும் சூடான பாத்திரம் போல் இல்லாமல், தாமரை இலைபோலக் கடத்திவிட இந்த வளங்கள் நம்மை வழிநடத்தும்.

அதற்கு, நாம் அனைவரும் ‘உடல், மன வள வங்கி’ ஒன்றைத் தொடங்க வேண்டும். ஆரோக்கியமான உணவு, தினமும் உடற்பயிற்சி, தியானம், நிகழ்காலத்தில் கவனம் செலுத்தும் பயிற்சி, போதுமான தூக்கம், அன்பும் ஆதரவுமான குடும்பம், நண்பர்கள், உறவினர்களுடனான நெருக்கம், இணக்கமான உறவு, உதவுதல், மன்னித்தல், நற்சிந்தனையுடன் ஒன்றிணைந்திருக்கும் குழுக்களுடன் செயல்படுவது, புத்தகங்கள் வாசிப்பது போன்றவை மன அழுத்தத்தை எதிர்கொள்ளும் ஆற்றலை நமக்கு அளிக்கும்.

இவற்றுடன் சவால்களைக் கையாளும் நம் திறமை மீதான நம்பிக்கை, ஒரு மனிதராக நம்மைப் பற்றிய நமது எண்ணம், மாற்றங்களின் மீதான நமது பார்வை, பல்வேறு வாய்ப்புகள் குறித்த நமது தேடல் உள்ளிட்டவை சேரும்போது மன அழுத்தத்தை எதிர்கொள்ளும் ஆற்றல் பன்மடங்கு அதிகரிக்கும். இந்தப் பண்புகளை நாம் தினமும் பின்பற்றினால், அவற்றால் கிடைக்கும் ஆற்றலை தினமும் சேமித்தால், அதன் பலன்களை ஆண்டு முழுவதும் நாம் அறுவடை செய்ய முடியும். ஆரோக்கியமாக வாழ முடியும்.

நவம்பர் 03, 2021

13

விளையாட்டு வீரர்களின் மனநலம்: காலத்தின் கட்டாயம்

விளையாட்டு வீரர்கள் பள்ளி, கல்லூரி, தனியார் அமைப்புகள் மற்றும் நாடுகளின் முகவரிகளாகவும் நல்லெண்ணத் தூதர்களாகவும் திகழ்கிறார்கள். தாங்கள் தாங்கியிருக்கும் அடையாளத்துக்குப் புகழ் சேர்க்க, நிதியுதவி செய்கிறவர்கள், நண்பர்கள், மற்றும் உறவினர்களின் எதிர்பார்ப்பை நிறைவேற்ற தீரா ஆவலுடன் போராடுகிறார்கள். உடல் பலம் இருந்தாலும், இத்தொடர் முயற்சியில் பல காரணிகள் மனதளவில் தளர்வுறச் செய்வதால், விளையாட்டு வீரர்களுக்கும் பயிற்சியாளர்களுக்கும் மனநல ஆலோசகர்கள் அவசியம் என்கிற புரிதல் உலக அளவில் அதிகரித்து வருகிறது.

பயிற்சியும் பங்கேற்பும்

பயிற்சிக் காலங்களில் சாதி, மத, இன வேறுபாடுகள், வறுமை, பாலின சமத்துவமின்மை, பாலியல் துன்புறுத்தல்கள், உடல்நோய், காயம், பயிற்சியாளருடனும் மற்ற வீரர்களுடனும் உருவாகும் புரிதல் குறைபாடு உள்ளிட்ட காரணிகள் வீரர்களின் மனநலனைப் பாதிக்கின்றன.

உணவுப் பழக்கக் குறைபாடுகளால் வீரர்கள் பலர் துயருறுவதாக ஆய்வுகள் சொல்கின்றன. அதாவது, ஜிம்னாசியம், நீச்சல் உள்ளிட்ட விளையாட்டுக்களில் விளையாடுகிறவர்கள் உடல்

எடை கூடிவிடக் கூடாதென மிகக் குறைவாகச் சாப்பிடுகிறார்கள். அதிகம் சாப்பிட்டுவிட்டோமோ என்கிற பொய்யுணர்வில், மேலும் குறைக்கிறார்கள். சிலர், தாங்களாக முயன்று வாந்தி எடுக்கிறார்கள். மாத்திரையால் வயிற்றுப்போக்கு வரச்செய்கிறார்கள். இதனால், சராசரிக்கும் குறைவான எடையுடன் போதிய அளவு திறனை வெளிப்படுத்த முடியாமல் தன்னம்பிக்கை இழக்கிறார்கள்.

மறுபுறம், குத்துச்சண்டை, பளுதூக்குதல் பிரிவில் உள்ளவர்கள் உடல் எடையை அதிகரிக்க நிறைய சாப்பிடத் தொடங்கி, பிறகு உடல் எடையைக் குறைக்க முடியாமல் பதற்றப்படுகிறார்கள்.

போட்டியில் பங்கேற்க மாநிலம், நாடு கடந்து போகிறவர்களின் உடல், புதிய நேர சுழற்சிக்கும், அங்கு நிலவும் தட்பவெப்ப நிலைக்கும் விரைவில் பழக வேண்டும். இல்லையென்றால், உடலும் மனமும் வலுவிழக்கும்.

போட்டியில் பங்கேற்கும்போது, தான் எதிர்கொள்ளும் வீரர் தன்னைவிட தரவரிசையில் முன்னே இருப்பவரென்றால், அல்லது ஏற்கெனவே அவரிடம் வெற்றியை இழந்திருந்தால், ஈட்டி எறிதல், வில்வித்தை போன்ற போட்டிகளின்போது திடீரென மைதானத்தில் காற்றின் வேகம் அதிகமானால் வீரர்கள் இயல்பாகவே பதற்றப்படுவார்கள். புள்ளிகள் குறைகின்ற நேரத்திலும், வெற்றியைத் தீர்மானிக்கும் கடைசிப் பந்து போடும்போதும் பதற்றம் அதிகரித்து நிறையத் தவறிழைப்பார்கள். பார்வையாளர்களின் பெருஞ் சத்தமும், பாராட்டும், இகழ்ச்சியும் அவர்களைச் சமநிலை இழக்கச் செய்யும். போட்டியின்போது சதைப்பிடிப்பு, சதை விலகல், எலும்பு முறிவு ஏற்பட்டால் எதிர்காலம் சூன்யமான உணர்வெழும். இறுதிப் போட்டி, அல்லது ஒலிம்பிக் போன்ற உயர் விருதுக்குரிய போட்டிகளில் விளையாடும்போது தூக்கமின்மையும், மன அழுத்தமும் தொந்தரவு செய்யும்.

போட்டிக்குப் பிறகு மகிழ்ச்சி அல்லது துயரம் இரண்டின் உச்சத்தையும் வீரர்கள் தொட்டுவிடாமல் இருப்பது மிகவும் முக்கியம். ஏனென்றால், வீரர்கள் மீதான ரசிகர்களின் விமர்சனங்களும் பாராட்டும் அவர்களின் விளையாட்டுத் திறனையும், அன்றாட வாழ்வையும் பாதிக்கும்.

உதாரணமாக, 15 வயதுப் பள்ளி மாணவர் பிரணவ் தனவாதே 2016-இல் கிரிக்கெட்டில் 1009 ஓட்டங்கள் எடுத்தார். பாராட்டிய

மும்பை கிரிக்கெட் சங்கம் ஐந்து ஆண்டுகளுக்குத் தருவதாகச் சொல்லி, ஒவ்வொரு மாதமும் பத்தாயிரம் கொடுத்தது. ஆனால், 2017-இல் பிரணவின் தந்தை 'பணம் வேண்டாம்' எனச் சொல்லிவிட்டார். "பிரணவின் குடும்பத்தினரை வேற்றுக்கிரக வாசிகள்போல் உள்ளூர் மக்கள் பார்த்தார்கள். அவர்களின் பொய்ப் பேச்சுகள் காயப்படுத்தின. எதிர்பார்ப்பிற்கு ஏற்ப ஆட இயலாதது மன உளைச்சலைக் கொடுத்தது" எனப் பயிற்சியாளர் குறிப்பிட்டார்.

மல்யுத்த வீராங்கனை வினேஷ் போகட், டோக்கியோ- 2020 ஒலிம்பிக் காலிறுதியில் தோற்றபிறகு அவர் மீதான விமர்சனங்கள் சமூக வலைதளங்களில் எல்லை மீறின. "கடந்த ஒரு வாரமாக நான் தூங்கவில்லை. என் மனம் வெறுமையாக இருக்கிறது. என் வாழ்வில் என்ன நடக்கிறது என்று என்னாலேயே உறுதி செய்ய முடியவில்லை. பொதுவெளியில் இருக்கும் அனைவரும் என்னை ஒரு சடலத்தைப்போல் பாவிக்கின்றனர். ஒரு நபராக இயல்பாக இருக்க என்னை அனுமதிக்கலாமே. நான் முழுவதுமாக உடைந்து போயுள்ளேன்" என வேதனையுடன் போகட் குறிப்பிட்டார்.

ஒலிம்பிக் ஹாக்கி வீராங்கனை வந்தனா கட்டாரியாவுக்கு நிகழ்ந்ததுபோலவே வெற்றியைத் தவறவிட்ட வீரர்களை நிறம், மொழி, சாதியைச் சொல்லி அவமதிப்பது உலகம் முழுக்கவே இருக்கிறது. தேசத்துக்காக விளையாடி புறக்கணிப்புகளைச் சந்திக்கும்போது எழும் ஆற்றாமையும் அயர்ச்சியும் வீரர்களைப் பாதிக்கிறது. மாற்றுத்திறனாளி வீரர்கள் என்றால் அவர்களுக்குக் கூடுதல் சிக்கல்கள் உள்ளன.

பயிற்சியாளர்களுக்கு மனநலப் பயிற்சி

பயிற்சியாளர்களும் மனநலச் சிக்கலுக்கு ஆளாகிறார்கள். முக்கியப் போட்டிகளில் அணியினர் வெற்றி பெறவில்லையென்றால் தம் ஒப்பந்தம் புதுப்பிக்கப்படாது அல்லது தான் வேலையைத் துறக்க வேண்டும் என்கிற சூழலில் பணிபுரிகின்ற, சவாலில் வென்று தங்கள் பெயரைக் காப்பாற்ற நினைக்கின்ற ஆசிரியர்களும், பயிற்சியாளர்களும் மன அழுத்தத்துக்கு ஆட்படுகிறார்கள். தங்களின் எதிர்பார்ப்பையும், மன அழுத்தத்தையும் வீரர்கள் மேல் இறக்கி வைக்கிறார்கள்.

உதாரணமாக, 'பிகில்' திரைப்படத்தில் வீரர்கள் இறுதிப் போட்டியில் பின்தங்கி இருக்கும்போது, பாண்டியம்மா எனும் வீராங்கனையை நோக்கி, "தண்டச்சோறு. ஓடச்சொன்னா

உருள்றாய். என்னடி இது... குண்டம்மா குண்டம்மா" என வார்த்தையாலும், உடல் மொழியாலும் பயிற்சியாளர் பிகில் பேசுவார். ஊக்கமூட்டுவதாக அவர் நினைக்கிறார். ஆனால், ஒரு வீராங்கனை மீது நிகழ்த்தப்பட்ட அப்பட்டமான உளவியல் தாக்குதல் அது. பயிற்சியாளர்களுக்கும் மனநல ஆலோசனை தேவை என்பதைத் தெளிவாகப் புரியவைக்கும் காட்சி அது.

விளையாட்டு உளவியலாளர்கள்

விளையாட்டின் ஒவ்வொரு சூழலையும் அணுகுவதற்கான நுணுக்கங்களையும், வழிமுறைகளையும் விளையாட்டு உளவியலாளர்கள் *(Sports psychologists)* பயிற்றுவிக்கிறார்கள். இலக்குகளை நிர்ணயிக்க, விளையாட்டுத் திறனை அதிகப்படுத்த, கவனம் குவிக்க, மன அழுத்தம், பதற்றம், தூக்கமின்மை, உணவுப் பழக்கக் குறைபாடு உள்ளிட்டவற்றை வெற்றிகொள்ளக் கற்பிக்கிறார்கள். காயம் குணமாகி விளையாடத் தொடங்குகையில் தன்னம்பிக்கை அதிகரிக்கவும், காயம்பட்ட இடத்தில் கவனத்தைச் சிதறவிடாமல் இருக்கவும் உதவுகிறார்கள். விளையாட்டு உளவியலாளர்களும், பயிற்சியாளர்களும் இணைந்து பணியாற்றும்போது வீரர்களின் காயம் விரைவில் ஆறுவதாகவும், விளையாட்டுத் திறன் அதிகரிப்பதாகவும் ஆய்வுகள் நிரூபித்துள்ளன.

'உடல், மனக் காயம் இருந்தாலும் போட்டியில் விளையாடியே ஆக வேண்டும். காயத்தையும் மீறி விளையாடுகிறவர்களே சிறந்த வீரர்கள்' என்கிற புரிதல் உலக அளவில் மெல்ல மாறி வருகிறது. மன அழுத்தத்தினால் கடந்த காலங்களில் வீரர்கள் சிலர் தற்கொலை செய்திருந்தாலும், 'தங்கத்தின் கனம்' *(The Weight of Gold)* எனும் குறும்படம் வழியாக ஒலிம்பிக் வீரர்கள் தங்களது மனச்சோர்வு, தற்கொலை எண்ணம் குறித்து வெளிப்படையாகப் பேசி கவனம் ஈர்த்துள்ளார்கள்.

மனநலச் சிக்கல்களைச் சொன்னால் போட்டிக்குத் தங்களைத் தேர்வு செய்யமாட்டார்கள் என்கிற அச்சத்தைக் களையவும், விளையாட்டு உளவியல் பாடத்தை பள்ளி, கல்லூரிகளின் பாடத்திட்டத்தில் சேர்த்து நிபுணர்களை உருவாக்கவும் அரசு திட்டமிடுவது காலத்தின் கட்டாயம்.

செப்டம்பர் 24, 2021

14

மனநலம் காண வாழ்த்துகள்!

பரபரப்பான வாழ்க்கைச் சூழலில் எதிர்காலத்தையும் கடந்த காலத்தையும் நினைத்துக்கொண்டே கடத்தும் நொடிகளின் தொகுப்பே நம்முடைய வாழ்வு. அந்த நொடியில் நாம் எதிர்கொள்ளும் பிரச்சனைகளும் சவால்களும் ஏராளம். வீடு கட்டுதல், திருமணம், முடிக்க வேண்டிய வேலைகள், அருகில் உள்ளவர்களின் தொந்தரவு, அரசியல் நிகழ்வுகள், நோயுறுவது, வேலை இழப்பு, வாடகை, கடனுக்கான வட்டி என நாம் சந்திக்கும் பல சவால்கள் மன அழுத்தத்தை ஏற்படுத்தும் அளவுக்கு வீரியத்துடன் இருக்கின்றன.

மன அழுத்தம் என்றவுடன், அது தீயது என்று முடிவு செய்ய வேண்டியதில்லை. ஏனென்றால், மன அழுத்தத்தில் நல்லதும் உண்டு, தீயதும் உண்டு. ஆபத்து நேரத்தில் விரைந்து முடிவெடுக்க, பொறுப்பை நிறைவேற்றி முடிக்க, போட்டிகளுக்கும் நேர்முகத் தேர்வுகளுக்கும் தயாரிக்க, குடும்ப நிகழ்வுகளுக்கு முன்பாக ஏற்படுகிற அழுத்தம் உள்ளிட்டவை நல்ல மன அழுத்தம் (Eustress). மன அழுத்தம் நாள்பட்டதாக நிலைக்கும்போதுதான், அது உடல் நலனைப் பாதிக்கிறது. மனநலனுக்கும் கேடானதாக வலுப்பெறுகிறது.

மன அழுத்தத்தில் உள்ளவர்களுக்காக மனம்நிறை கவனத்தின் (Mindfulness) அடிப்படையில் உளவியல் சிகிச்சை உருவாக்கிய ஜான் கபாட்-ஷின் (John Kabat-Zinn), “பயம் (உண்மையானதாக இருக்கலாம் அல்லது கற்பனையாக நாமே உருவாக்கிக்கொண்டதாகவும் இருக்கலாம்), தனது சமூக அந்தஸ்து குறித்த கவலை மற்றும் பிறர் எப்படி நம்மை நினைப்பார்கள் என்கிற எண்ணமே பெரும்பாலும் மன அழுத்தத்துக்குக் காரணம்” என்கிறார்.

நாம் ஒரு நிமிடம் நிதானமாக யோசித்தோமென்றால் பிரச்சினைகளைச் சமாளிப்பதிலும் தீர்ப்பதிலும் நாம் கைதேர்ந்தவர்கள் என்பது புரியும். மன உறுதி, விடாமுயற்சி, கற்பனை வளம், புதுமை, ஜெபம், மத நம்பிக்கை, ஈடுபாடு, நாம் வாழ்ந்தே ஆகவேண்டும் என நிர்ப்பந்திக்கின்ற காரியங்கள் மீது கவனத்தைத் திருப்புவது, நம்மைக் கடந்து மற்றவர்களுக்காக உதவுவது, குடும்பம், நண்பர்கள், சமூகத்தின் அன்பு, ஆதரவு, பாராட்டு, ஊக்கம் அனைத்தின் பலனையும் நாம் அனுதினம் அனுபவிப்பதும் விளங்கும்.

ஆபத்து நேரத்தில் பெருகும் ஆற்றல்

மன அழுத்தம் என்பது ஓர் எதிர்வினைதான். ஆபத்து, அவமானம், காத்திருப்பு, ஏமாற்றம் உள்ளிட்ட சூழலில் அதைத் துணிந்து சந்திக்க வேண்டும் அல்லது விலகிச் செல்ல வேண்டும் (Fight or Flight). இவற்றில் எதைத் தேர்ந்தெடுப்பது என்று சிந்தித்து முடிவெடுப்பதற்கு முன்பாகவே நம்முடைய எதிர்வினைகள் தொடங்கி முடிந்துவிடுகின்றன. சில வேளைகளில் அது நிறைவடைந்த பிறகுதான் நாம் நிதானத்துக்கே வருகிறோம்.

அமெரிக்காவின் மெக்சிகன் மாகாணத்தைச் சேர்ந்த அர்னால்டு லெமொரான்ட்க்கு அப்போது 56 வயது. ஆறு ஆண்டுகளுக்கு முன்பாக மாரடைப்பு வந்ததால் கனமான எதையும் தூக்க அவர்

விரும்பியதில்லை. தவிர்த்துவிடுவார். ஒருநாள், விளையாடிக்கொண்டிருந்த ஐந்து வயது பிலிப் இரும்புக் குழாய்க்கு அடியில் சிக்கிக் கொண்டான். இதைப் பார்த்த அர்னால்ட் விரைந்து சென்று குழாயை மேலே தூக்கிக் குழந்தையைக் காப்பாற்றினார். அந்தக் குழாயைத் தூக்கியபோது அது 130 - 180 கிலோ எடை இருக்கலாம் என்று அவர் நினைத்தாராம். ஆனால் அதன் உண்மையான எடை 816 கிலோ. குழந்தையைக் காப்பாற்றிய பிறகு, செய்தியாளர்கள், காவலர்கள், ஏன் அர்னால்டால்கூட அதை அசைக்க முடியவில்லை. எப்படி அவரால் தூக்க முடிந்தது? அதுதான் ஆபத்து நேரத்தில் உடல் ஆற்றும் எதிர்வினை. வாகனம் ஓட்டும்போது "கண்ணிமைக்கும் நேரத்தில் விபத்திலிருந்து தப்பித்தேன்" எனச் சொல்கிறோமே, அதுபோலத்தான்.

உடலின் எதிர்வினை

நாம் ஆபத்தான சூழலில் இருப்பதைக் கண்களும் காதுகளும் மூளையில் உள்ள அமிக்டலாவுக்குச் சொல்கின்றன. அமிக்டலாவின் வேலை, தனக்குக் கிடைக்கின்ற தகவல்களை அலசி ஆராய்வது. ஆபத்து உறுதியானதுடன், தான் நெருக்கடியில் இருக்கும் தகவலை ஹைபோதாலமஸுக்கு அமிக்டலா உடனடியாகச் சொல்கிறது.

கட்டளைத் தளபதிபோல செல்படும் ஹைப்போதாலமஸானது தன்னாட்சி நரம்பு மண்டலம் (Autonomic nervous system) வழியாக தகவலைக் கடத்துகிறது.

தன்னாட்சி நரம்பு மண்டலம்தான், உடலில் தன்னிச்சையாக இயங்கிக்கொண்டிருக்கும் மூச்சுவிடுதல், ரத்த அழுத்தம், இதய துடிப்பு, நுரையீரலின் மூச்சுக் கிளைச் சிறுகுழல்கள் (Bronchioles) உள்ளிட்டவைகளை கட்டுக்குள் வைத்திருக்கிறது.

தன்னாட்சி நரம்பு மண்டலம் இரண்டு பகுதிகளாக உள்ளது. பரிவு நரம்பு மண்டலம் (Sympathetic nervous system), இணை-பரிவு நரம்பு மண்டலம் (Parasympathetic nervous system). பரிவு நரம்பு மண்டலம் என்பது விசை முடுக்கிபோல (Accelerator) செயலாற்றுகிறது. ஆபத்து நேர்கையில் கூடுதல் ஆற்றலை உடலுக்கு வழங்கி தாக்கு அல்லது ஓடு என முடிவெடுக்கத் தூண்டுகிறது. இணை-பரிவு நரம்பு மண்டலம் வாகனத்தில் உள்ள வேகத்தடுப்புக் கருவி போல (Brake) ஆபத்து கடந்த பிறகு உடலைச் சமநிலைக்குக் கொண்டுவர உதவுகிறது.

ஹைப்போதாலமஸ், தன்னாட்சி நரம்பு மண்டலம் வழியாக அட்ரினல் சுரப்பிக்குத் தகவல் அனுப்பிப் பரிவு நரம்பு மண்டலத்தை

முடுக்கிவிடுகிறது. இந்தச் சுரப்பிகள் எபினெஃபெரின் (Epinephrine) ஹார்மோனை ரத்தத்தில் செலுத்துகின்றன. எபினெஃபெரின் என்பது அட்ரினலின் (Adrenaline) எனவும் அழைக்கப்படுகிறது.

எபினெஃபெரின் உடலுக்குள் பாயத் தொடங்கியதும் எண்ணற்ற மாற்றங்கள் உடலில் நடக்கத் தொடங்குகின்றன. வழக்கத்தைவிட இதயம் வேகமாகத் துடிக்கும். தசைகளுக்கும், இதயத்துக்கும், முக்கிய உறுப்புகளுக்கும் ரத்தம் பாயும். நாடித்துடிப்பும் ரத்த அழுத்தமும் அதிகரிக்கும். நுரையீரலில் உள்ள மூச்சு கிளைச் சிறுகுழல்கள் விரிந்துகொடுக்கும். ஒவ்வொரு முறையும் சுவாசிக்கும்போது இதன் வழியாகப் போதுமான ஆக்ஸிஜனை நுரையீரல் பெற்றுக் கொள்ளும். கூடுதல் ஆக்ஸிஜன் மூளைக்கு அனுப்பப்பட்டு விழிப்புணர்வு அதிகரிக்கிறது. பார்வை, செவிமடுத்தல் உள்ளிட்ட மற்ற புலன்கள் கூர்மையாகின்றன. செரிமானப் பகுதிக்குச் செல்லும் ரத்தம் நிறுத்தப்படுகிறது. செரிமானம் நடைபெறாது. இதனிடையே, உடலின் தற்காலிக சேமிப்புப் பகுதியில் இருக்கும் குளுகோஸும் கொழுப்புகளும் வெளியேற எபினெஃபெரின் முடுக்கிவிடுகிறது. இந்தச் சத்துக்கள், உடலின் எல்லாப் பகுதிகளுக்கும் ஆற்றலைக் கொடுத்துக்கொண்டு ரத்த ஓடையில் பாய்கின்றன.

எபினெஃபெரின் தொடக்க அலை குறைந்த பிறகு, ஹைப்போதாலமஸ், HPA எனப்படும் இரண்டாவது எதிர்வினையைச் செயல்படுத்துகிறது. ஹைபோதாலமஸ், பிட்டியூட்டரி சுரப்பி, அட்ரினல் சுரப்பி ஆகியவற்றை உள்ளடக்கிய வலைப்பின்னல்தான் இந்த HPA. எதிர்வினையின் வேகம் குறைவதற்காகப் பல்வேறு சமிக்ஞைகளை இந்த HPA அனுப்பும்.

இன்னும் ஆபத்து நீடிப்பதாக மூளை சொன்னால், அது கார்ட்டிகோடிராப்பின் (Corticotropin) ஹார்மோனை அனுப்பும். இது பிட்டியூட்டரி சுரப்பி வழியாகச் சென்று அட்ரினோகார்ட்டிகோடிராபிக் (Adrenocorticotropic) ஹார்மோனை விடுவிக்கும். இந்த ஹார்மோன் அட்ரினல் சுரப்பிக்குச் சென்று கார்டிசோல் (Cortisol) ஹார்மோனை விடுவிக்கச்செய்யும். இதனால், உடம்பு மிகவும் விழிப்பாக இருக்கும். அச்சம் நீங்கியவுடன் கார்டிசோல் அளவு குறையும். இது மன அழுத்த எதிர்வினையைக் குறைக்கும்.

நம் கட்டளையின்றியே இவை அனைத்தையும் உடல் விரைந்து செய்கிறது. இதனால்தான், கலிபோர்னியா பல்கலைக்கழகத்தில்

உள்ள மனது மற்றும் மூளை மையத்தில் பணியாற்றும் நரம்பியல் வல்லுநர், க்லிஃப் சாரோன், "முழு உடலின் ஞானத்திற்கு இது ஓர் எடுத்துக்காட்டு" என்கிறார்.

எவ்வளவுதான் ஆபத்துகள் இருந்தாலும் சில மணி நேரங்களிலோ, சில நாட்களிலோ மூளை, நரம்பு மண்டலம், தசைகள், இதயம் உள்ளிட்டவை மீண்டும் பழைய நிலைக்குத் திரும்பிவிடுகின்றன. இருப்பினும், தங்கள் மன அழுத்தத்தை நிறுத்தி, சமநிலைக்கு வரும் வழி தெரியாமல் சிலர் தவிக்கிறார்கள். எனவே, *HPA* தொடர்ந்து இயங்க வேண்டியிருக்கிறது. இடைவிடாது செயல்படும் வாகனம் பழுதுபடுவதுபோல மனித உடலின் தசைநார், சுவாச உறுப்புகள், இதய, ரத்தக்குழாய், நாளமில்லாச் சுரப்பி, இரைப்பைக் குடல், நரம்பு, இனப்பெருக்க மண்டலம் உள்ளிட்டவை பாதிப்புக்குள்ளாகின்றன.

நம் தேர்வு, நம் வாழ்வு

மனம் மற்றும் உணர்ச்சி ரீதியிலான எதிர்வினையானது தன்னுடைய, தன் குடும்பத்தினருடைய பாதுகாப்பு குறித்த கவலை, அவமானம், எரிச்சல், கோபம், சோகம், துயரம், நம்பிக்கையின்மை, படபடப்பு, அமைதியற்ற நிலை, மகிழ்ச்சியின்மை எனப் பல வகைகளில் வெளிப்படுகிறது. நாள்பட்ட மன அழுத்தமாக மாறுகிறபோது மனச்சோர்வு, பதற்றம், பாலுறவில் நாட்டமின்மை, கவனம் செலுத்துவதிலும் நினைவில் வைத்திருப்பதிலும் சிக்கல், நிலையில்லாத மனநிலை, போதைக்கு அடிமையாதல், அதிகப்படியான கோபம் என நம்மைப் பாதிக்கிறது.

நல்ல வேளையாக நம்மை வளப்படுத்துவதற்கான வழிமுறைகள் நிறைய உள்ளன. ஒருவருக்கு மன அழுத்தத்தை ஏற்படுத்துகிற ஒரு நிகழ்வோ சூழலோ மற்றவருக்கும் அதே தாக்கத்தை உருவாக்க வேண்டும் என்பது கட்டாயமில்லை. அதேபோல, அனைவருக்கும் பொதுவான உத்திகள் என்று ஏதும் இல்லை. முக்கியமானது என நீங்கள் நினைக்கும் உத்தியைத் தேர்வுசெய்து தொடர்ந்து பயிற்சி எடுங்கள். அது உங்களுக்கு மகிழ்ச்சியையும் மனத்துக்குச் சமநிலையையும் அளிக்கும்.

என்ன செய்ய வேண்டும்?

1. ஓடுதல், சீராக ஓடுதல், நீச்சல் உள்ளிட்ட அதிக உடல் ஆற்றல் தேவைப்படும் உடற்பயிற்சிகளைச் செய்வது உடலை இலகுவாக்கும்.

2. யோகா அல்லது தாய்ச்சி (*Tai Chi*) மனத்தை இலகுவாக்குவதுடன், உடலுக்கும் வலு சேர்க்கிறது.
3. தியானம் உள்ளிட்ட மனம்நிறை கவனப் பயிற்சிகள் (*Mindfulness*) மன அழுத்தக் காரணிகள் மீதான நமது எதிர்வினையைப் பக்குவமாக வெளிப்படுத்த உதவுகின்றன.
4. அடிக்கடி மன அழுத்தம் தருகிற நிகழ்வுகளில் விழிப்புடன் இருப்பது நல்லது.
5. மன அழுத்தத்தால் தூக்கம் வராதவர்கள், உடலையும் மனதையும் இலகுவாக்க விரும்புகிறவர்கள் ஜான் கபாட்-ஷின் (*JKZ Series*) செயலிகளை வாங்கியும் பயன்படுத்தலாம்.
6. தொடர் பயிற்சிக்குப் பிறகும் நம்மால் இயல்பு நிலைக்கு வர இயலாவிட்டால் மனநல மருத்துவரைப் பார்ப்பது அவசியம்.

நவம்பர் 27, 2021

15

சாலை பாதுகாப்பு நம் கடமை!

வீட்டிலிருந்து வாகனத்தை எடுக்கும்பொழுது, "பார்த்து கவனமா போய்ட்டு வாங்க" என அக்கறையுடன் ஒருவர் சொல்வதும், "அதுசரி, நாம ஒழுங்காப் போனாலும், எதிரே வர்றவன் ஒழுங்கா வந்தாதானே" என மற்றவர் பதிலுரைப்பதும் பொதுவாக எல்லா வீடுகளிலும் நிகழக்கூடியது. அனைவருமே ஒழுங்கோடு வாகனம் ஓட்டுகிறோம் என்றால் யார்தான் தவறிழைப்பது?

நமக்கு நாமே பாதுகாப்பு

வெளிநாட்டுப் பயணத்தின்போது, நண்பருடன் வாகனத்தில் போய்க்கொண்டிருந்தேன். ஓரிடத்தில் சாலை வேலை நடந்துகொண்டிருந்தது. இரண்டு வாகனங்கள் ஒரே நேரத்தில் செல்வதற்கு இடமில்லை. அப்பொழுது, எதிரே ஒரு வாகனம் வருவதைப் பார்த்த நண்பர் தன் வாகனத்தை ஓரத்தில் நிறுத்தி வழி கொடுத்தார். "ஏன்? ஓர் அழுத்து அழுத்தியிருந்தால் அந்த வண்டி வருவதற்குள் நாம் போயிருக்கலாமே" என்றேன். சிரித்துக்கொண்டே, "நம்ம வண்டிக்கும் நமக்கும் நாமதான் பாதுகாப்பு" என்றார். அந்த இடத்தில் யோசித்தேன், 'நாம ஒழுங்காப் போனாலும் எதிரே

வர்றவன் ஒழுங்கா வந்தாதானே' என்பதன் பொருள், நாம் வழிகொடுத்து, நிதானமாகச் செல்ல வேண்டும் என்பதே. ஆனால், நான் விரைவாகச் செல்வேன், எனக்கு மற்றவர்கள் வழி விட வேண்டும் என்று நினைப்பவர்களும், எதிரில் வருகிறவர் ஒதுங்கட்டுமென, ஆக்சிலேட்டரைக் கூடுதலாக அழுத்தி அல்லது திருகி ஓட்டுகிறவர்களும் இங்கே அதிகம். அதில் அவர்களுக்கு ஓர் ஆத்ம திருப்தியும் கூட.

ஒலிப்பானைத் தவிர்க்கும் வெளிநாட்டினர்

ஆபத்தான சூழலில் மட்டுமே ஓட்டுநர்கள் ஒலிப்பானை இயக்குவதை வெளிநாடுகளில் பார்த்திருக்கிறேன். அங்கே, விதிமுறையைப் பின்பற்றி, இடது ஓரத்தில் சராசரி வேகத்தில் போகிறார்கள்; எதிரே வருகிறவர்களும், சராசரி வேகத்தில் அவர்களது இடது ஓரத்தில் வருகிறார்கள்; வளைவுகளிலும், மலைச் சாலைகளிலும்கூட ஒலி எழுப்புவதில்லை. சாலையில் உள்ள சமிக்ஞைகளைத் தவறாகப் புரிவதனாலேயே அங்கே விபத்துகள் நடப்பதாக ஆய்வுகள் கூறுகின்றன. ஆனால் இங்கு, நமக்கு முன்னால் செல்கிறவரை ஒதுங்கச் சொல்லி சாலையை முழுமையாக நாம் ஆக்கிரமிக்கவே ஒலிப்பானை அதிகம் பயன்படுத்துகிறோம்.

விதிமுறைகளை மீறவா ஒலிப்பான்?

கிராமச் சாலையாக இருந்தாலும், நெடுஞ்சாலையின் இணைப்புச் சாலையாக இருந்தாலும் தொடர்ந்து ஒலித்துக்கொண்டே விரைந்து செல்கின்றோம். ஒலி எழுப்பும் பழக்கத்தினாலேயே மெதுவாகச் செல்வதற்கும், விதிமுறைகளைக் கடைப்பிடிப்பதற்கும் நாம் தவறுகிறோமோ? என நான் நினைப்பதுண்டு.

விபத்து நடந்ததென்றால், வலது புறம் ஏறிவந்தவர் முதலில் கேட்கும் கேள்வி, “நான் ஒலி எழுப்பினேன். நீங்கள் ஏன் ஒலி எழுப்பவில்லை”. இடதுபுறம் சென்றவர் விதிமுறையைப் பின்பற்றியிருந்தாலும் கணக்கில் எடுத்துக்கொள்ளப்படுவதில்லை. ஒலி எழுப்பாததே குற்றமாகப் பார்க்கப்படுகிறது.

சில ஆண்டுகளுக்கு முன்பு, இரு சக்கர வாகனத்தில் சென்ற என் நண்பர் மீது லாரி மோதியது. அதே இடத்தில் நண்பரின் உயிர் பிரிந்தது. வழக்கு நீதிமன்றத்துக்கு வந்தபோது, ஓட்டுநரிடம் வழக்குரைஞர் சொன்னார், “நீதிபதி கேட்கையில், விபத்து நடந்த இடத்தில் சாலை வளைந்திருந்ததுன்னு சொல்லுங்க”. சாலை விதியை மீறி கொலை செய்த குற்றச்சாட்டிலிருந்து தப்பிக்க ‘வளைவு’ பதிலாகிறது.

இரண்டு பக்கமும் பார்த்து நடங்கள்

“சாலையில் நடக்கும்போது ரெண்டு பக்கமும் பார்த்து நடங்கள்” எனவும் நம் வீடுகளில் சொல்வதுண்டு. இந்த அறிவுரை இரத்த நாளங்களில் கலந்துவிட்டது. நாடு கடந்த பயணங்களில், ஒருவழிச் சாலையில் நடந்து கடக்கும்போது, அனிச்சையாக இரண்டு பக்கமும் பார்த்திருக்கிறேன். வாகனங்கள் வலது புறம் செல்லும் பாதை என்றால், எதிர்த் திசையிலிருந்து வாகனங்கள் நிச்சயமாக வராது என்கிற விழிப்புநிலைக்கு தாமதமாகவே வந்திருக்கிறேன். நம் ஊரிலோ, ஒருவழிப் பாதையிலும், எதிர்த்திசையில் வாகனம் ஓட்டி பாதசாரிகளை அச்சுறுத்துவதைத் தினந்தோறும் வேதனையோடு நம் குடும்பத்தினர் கடக்கிறார்கள். மேலும், விரைந்து சென்றுகொண்டேயிருக்கும் வாகனங்களுக்கு மத்தியில், சாலைகளில் நடந்து கடப்பது எவ்வளவு சிரமமானது என்பதை வாகனம் வைத்திருப்பவர்கள்கூட சிலவேளைகளில் அனுபவித்திருக்கிறோம். வயதானவர்கள், மாற்றுத்திறனாளிகள், குழந்தைகள் உள்ளிட்டோர் சாலையைக் கடக்க அஞ்சி நிற்பதையும் பார்த்திருக்கிறோம்.

இதுபோன்ற காரணங்களால், 2020-இல் இந்தியாவில் நிகழ்ந்த சாலை விபத்துகளில் 1,33,201 பேர் இறந்துள்ளார்கள். 3,35,050 பேர் காயமடைந்துள்ளார்கள். அதிலும், 59.6% விபத்துகள் கிராமங்களில் நிகழ்ந்துள்ளன. இந்திய அளவில் மாநில நெடுஞ்சாலைகளில் நடந்த சாலை விபத்துகளில் தமிழ்நாடு முதலிடத்தில் இருக்கிறது. மேலும், சாலை விபத்து மரணங்களுக்கு, அதிவேகமே முதல் காரணம் (56.6%), ஆபத்தாக அல்லது கவனக்குறைவாக ஓட்டுதல், முந்திச் செல்லுதல் இரண்டாவது காரணம் (26.4%) எனத் தேசிய குற்ற ஆவணக் காப்பகம் புள்ளிவிபரத்துடன் குறிப்பிட்டுள்ளது.

ஓட்டுநரின் உளவியல்

ஓட்டுநரின் உளவியல், போக்குவரத்து நெருக்கடி, வாகனம், சாலை வசதி, சுற்றுப்புறம் போன்றவை வாகன விபத்துகளுக்குக் காரணமாக இருந்தாலும், இவற்றில் ஓட்டுநரின் நடத்தை அதாவது அவரின் உளவியலே விபத்துக்கான முதன்மைக் காரணமாக இருப்பதை எண்ணற்ற ஆய்வுகள் உறுதிப்படுத்தியுள்ளன.

உயிருள்ள மனிதர் எவராலும் சிந்திப்பதிலிருந்து விடுபட இயலாது. வாகனம் ஓட்டும்போதும் மனம் எதையாவது யோசித்துக்கொண்டேதான் இருக்கும். அவ்வேளையில், எதிரில் ஒரு வாகனம் வந்துவிட்டாலோ, முன்னால் சென்ற வாகனம்

திடீரென்று நின்றுவிட்டாலோ, பள்ளம் அல்லது வேகத்தடை இருந்தாலோ நிகழ்பொழுதுக்கு மனத்தைக் கொண்டு வந்து, அடுத்துச் செய்யவேண்டியதை உடனடியாக முடிவெடுக்கும் கால அவகாசம் இருக்குமளவுக்கு நம் வாகனத்தின் வேகம் இருக்க வேண்டும். அப்படி இல்லாதபோது, முடிவெடுத்துச் செயல்படுத்துவதற்கு முன்பாகவே மோதிவிடுவோம்.

நமது பண்பை வெளிப்படுத்தும் பார்வை

எதிர்பாராச் சூழலில் போக்குவரத்து நெருக்கடி ஏற்பட்டாலோ, மற்றவரின் வாகனம் பழுதாகி நின்றாலோ, நாம் மெல்ல நிறுத்துகிறோமா, திட்டுகிறோமா, ஒலி எழுப்புகிறோமா, எரிச்சலுருகிறோமா என்பது நமது நடத்தையை, பண்பினை வெளிக்காட்டுகிறது. இத்தகைய சூழ்நிலைகளில்;

எதிரே உள்ள ஓட்டுநரின் குணநலனைப் பார்க்கிறவர்கள்: 'கொஞ்சம்கூட பொறுப்பில்லாதவன்', 'வண்டியே ஓட்டத் தெரியவில்லை', 'முட்டாள்' என நினைக்கிறார்கள்.

தோற்றத்தைப் பார்க்கிறவர்கள்: ஓட்டுகிறவரின் பாலினம், வயது, உயரம், நிறம் உள்ளிட்டவற்றைக் கவனிக்கிறார்கள். இந்த இரு வகையினருமே, எளிதில் எதிர்மறை உணர்வுக்குள்ளாகிக் கோபப்படுகிறார்கள். பழி தூற்றுகிறார்கள்.

சூழ்நிலையை யோசிக்கிறவர்கள்: நேர்மறையாகச் சிந்திப்பதுடன், சூழலைப் புரிந்துகொள்கிறார்கள், பொறுத்துக்கொள்கிறார்கள். 'ஒருவேளை வாகனம் பழுதாகியிருக்கலாம்', 'வாகனத்தில் நோயுற்றோர் யாராவது இருக்கலாம்', 'முன்னால் ஏதாவது விபத்து நிகழ்ந்திருக்கலாம்', 'ஒலி எழுப்பி அவர்களைப் பயமுறுத்தாமல் கவனமாக இருக்க வேண்டும்', 'சிறிது நேரத்தில் சரியாகிவிடும்', 'இங்கே இருப்பதற்கு எல்லாருக்குமே உரிமை உள்ளது' என நினைக்கிறார்கள், மாற்று வழி குறித்துச் சிந்திக்கிறார்களென சமூக உளவியலாளர்கள் தங்கள் ஆய்வில் கண்டுள்ளார்கள்.

ஒலிப்பானைத் தவிர்ப்போம்

ஆக, நம் பாதுகாப்புக்கு நாமே பொறுப்பு என்பதால், விரும்புகிறவர்கள், வாரத்தில் ஒருநாள் ஒலி எழுப்பாமலேயே வாகனம் ஓட்டிப் பார்க்கலாம். தானாகவே வண்டியின் வேகம் குறைவதை என்னைப்போலவே நீங்களும் அனுபவத்தில் உணர்வீர்கள். நேர் சாலையிலும், வளைவிலும் இடதுபுறம் மட்டுமே வாகனம் ஓட்டி, ஒருவழிச் சாலையில் எதிர்த்திசையில்

வாகனம் ஓட்டாமல், மற்ற வாகன ஓட்டிகளை மதித்து, சூழ்நிலையைப் பகுத்துணர்ந்து பண்பட்டவர்களாக வாழ்வோம். பாதுகாப்பாகப் பயணிப்போம்.

ஜனவரி 29, 2021

16

மாற்றுத்திறனாளிகள்: எந்த அளவுக்குப் புரிந்துகொண்டுள்ளோம்?

1990-களில் நான் பயின்ற பள்ளியின் ஆண்டு விழா நாடகத்தில் ஒருவரைத் தவிர மற்ற கதாபாத்திரங்கள் செவித்திறன் அற்ற மாற்றுத் திறனாளிகளாக நடித்தார்கள். காது கேட்கும் திறனுள்ள ஒருவர் பேசுவதைப் புரிந்துகொள்ள இயலாமல், மற்ற மாற்றுத்திறனாளிகள் தடுமாறுவதையும், சைகை மொழியையும் கண்டு எல்லாரும் வயிறு வலிக்கச் சிரித்தோம். அடுத்த ஆண்டுவிழாவில் நாடகத்தை 'திக்குவாய்' கதாபாத்திரங்கள் கலகலப்பாக்கினார்கள்.

அந்த ஆண்டு நாடகம் முடிந்ததும் நாடகத்தை எழுதி இயக்கிய ஆசிரியர் ஜோல்னா ஜவஹரிடம் சென்ற மாணவன் பழனி, "நகைச்சுவைக்காகக்கூட இப்படிச் செய்யாதீங்க சார். ஊனமுற்றவருக்குத்தான் அதன் வலி தெரியும்" என்றான்.

ஆசிரியருக்குச் சுருக்கென்றிருந்தது. 'இதுபோன்று இனி ஒருபோதும் செய்ய மாட்டேன்' என உறுதி கொடுத்த ஆசிரியர், அதன்பிறகு பள்ளியில் சேர்ந்த மாற்றுத்திறனாளிகள் பலரை ஊக்கப்படுத்தி, பயிற்றுவித்து, மேடையேற்றி அவர்களை விருதாளர்களாக மாற்றினார்.

தொடரும் அவலம்

இது நிகழ்ந்து 30 ஆண்டுகள் ஓடிவிட்டன. திக்குவாயும், செவித்திறன் குறைவும் இன்றும் மலிவான நகைச்சுவைக்காகப் பயன்படுத்தப்படும் அவலம் நம் சமூகத்தில் தொடர்ந்துகொண்டுதான் இருக்கிறது. சகமனிதரைக் குறைசொல்லும்போது எவ்விதக் குற்ற உணர்வும் இல்லாமல், 'நொண்டிக்குச் சறுக்குனதுதான் சாக்காம்', 'செவிடன் காதில் ஊதின சங்கு', 'ஊமைக்குசும்பு', 'பழைய குருடி கதவைத் திறடி' என வெறுப்பு மொழிகளைச் சரளமாகப் பேசும் இயல்புநிலையை நம் நாகரிகச் சமூகம் இன்றும் கடக்கவில்லை.

மாற்றுத்திறனாளர் ஒருவர் தன்னைக் கடந்து செல்கிறார் என தெரிந்ததும், மீண்டும் ஒருமுறை அவரைத் திரும்பிப் பார்க்காமல் செல்பவர்கள் மிக அரிது. மாற்றுத்திறனாளிகளை அந்நியப்படுத்திப் பார்க்கும் பார்வையிலிருந்து சமூகம் பெருமளவு மீளவில்லை. மாற்றுத்திறனாளி ஒருவரைக் குறித்து மற்றவரிடம் பேசுகையில் பெயரைச் சொல்லி, கூடவே "அவருக்குக் காது கொஞ்சம் கேட்காது", "கைகூட இப்படி வளைந்திருக்குமே", "அவருக்கு ரெண்டு பசங்க. அதில ஒருத்தனுக்கு மனவளர்ச்சி குறைவு" என அடிக்கோடிடாது பேசுகிறவர்கள் வெகுசிலரே.

மறுக்கப்படும் வாய்ப்பு

மனவளர்ச்சி குன்றிய, மனநலம் பாதித்துள்ள மகனையோ மகளையோ திருவிழாக்களுக்கும், குடும்ப நிகழ்வுகளுக்கும் அழைத்துச் செல்ல பெற்றோர் தயங்குவதற்கான காரணம் இதுதான். உறவினர்களின் பரிதாப வெளிப்பாடு, கேள்விகள், முகச்சுளிப்புகள் போன்றவற்றை எதிர்கொள்வதைவிட வீட்டில் அடைந்து கிடப்பதே நல்லது என்று அவர்கள் முடிவெடுத்துவிடுகிறார்கள்.

கற்றல் குறைபாடு உள்ள, மாற்றுத் திறனுள்ள குழந்தைகளுக்குப் பள்ளியின் முக்கிய விழாக்களில், விளையாட்டுக்களில் வாய்ப்பு மறுக்கப்படுவது இன்றும் வாடிக்கையாக உள்ளது. மாற்றுத்திறனாளி தவறு செய்யும்போது, உடல் குறைகளோடு சேர்த்துப் பழிப்பதோடு, "இப்படி இருக்கும்போதே இந்தச் சேட்டை. இதுல காலு கை மட்டும்

சரியா இருந்திருந்தா புடிக்க முடியாது" என நண்பர்களுடன் பேசி எள்ளலாகச் சிரிக்கிறவர்களும் உண்டு. மாற்றுத்திறனாளிகள் மீதான பரிதாபத்தைக் களைவதுடன், அவர்கள் தவறு செய்யவே கூடாது என்கிற கருத்தியலும் முதலில் கட்டுடைக்கப்பட வேண்டும்.

பள்ளியில் விதைக்கப்பட்ட நல்லெண்ணம்

மதுரை பிரிட்டோ மேல்நிலைப் பள்ளியில் நான் 11-ஆம் வகுப்பில் சேர்ந்தபோது பார்வைத்திறன் குறைவான மூவர் என் சக மாணவர்களாக இருந்தார்கள். பள்ளியிலிருந்த மாற்றுத்திறன் மாணவர்கள் ஓய்வெடுக்கவும், படிக்கவும் அவர்களுக்கெனத் தனி அறை இருந்தது. தேவைகளை நிறைவேற்றவும், வழிகாட்டவும் பொறுப்பாசிரியர் ஒருவர் இருந்தார். கேள்வி பதில்களை நாங்கள் ஒலிப் பேழையில் பதிவுசெய்து கொடுத்திருக்கிறோம். அவர்களுக்கும் கனவுகள் உண்டு, கோபம் வரும், விடலைப் பருவ நகைச்சுவை துணுக்குகளைச் சொல்லிச் சிரிப்பார்கள், கெட்ட வார்த்தைகள் தெரியும் என்பதெல்லாம் வெகு இயல்பாக நாங்கள் அறிந்துகொண்ட காலம் அது. மாற்றுத் திறனாளிகளும் நம்மைப் போன்றவர்கள்தாம் என்கிற எண்ணத்தை எங்களுக்குள் அந்தப் பள்ளி விதைத்தது.

அரசின் முன்னெடுப்பு

மாற்றுத்திறனாளிகளை வலுப்படுத்த இந்திய அரசு, '2030-இல் நீடித்த வளர்ச்சி' எனும் ஐக்கிய நாட்டுச் சபையின் தீர்மானத்தைப் பின்பற்றி, '2016-மாற்றுத்திறனாளிகள் உரிமைகள் சட்ட'த்தை இயற்றியுள்ளது. இச்சட்டம், குறைவான வளர்ச்சி, தசைச்சிதைவு நோய், அமிலத் தாக்குலால் உருச்சிதைவுக்கு ஆளாக்கப்பட்டவர்கள், கற்றல் குறைபாடு உடையவர்கள், தண்டுவட மரப்பு நோய், பார்க்கின்சன் நோய், ஹீமோபீலியா, தலசீமியா உள்ளிட்ட 21 விதமான மாற்றுத்திறன் வகைகளை உள்ளடக்கி மாற்றுத்திறனாளிகள் அனைவரும் கௌரவத்தோடும் பாகுபாடின்றியும் நடத்தப்பட வேண்டும் என அறிவுறுத்துகிறது. இந்தியாவிலேயே தமிழகத்தில்தான் தலைமைச் செயலக அளவிலும், துறைத் தலைமை அளவிலும் மாற்றுத்திறனாளிகளுக்கெனத் தனித்துறை செயல்படுகிறது.

முடிவில்லா எள்ளல்

ஆனால், மாற்றுத்திறனாளிகளின் கௌரவம் பாதுகாக்கப்படுகிறதா? எத்தனை திரைப்படங்கள் உருவக்கேலி செய்து வந்துள்ளன. கற்றறிந்த நாகரிக மனிதர் என்கிற அடையாளத்தைத் தூர வைத்துவிட்டுத்தானே தணிக்கைத்துறையினர்

அத்திரைப்படங்களையெல்லாம் அனுமதிக்கிறார்கள். ஓர் உதாரணம், சந்தானம் நடிப்பில் வெளியான 'சபாபதி' திரைப்படம். சந்தானத்தின் முந்தைய படங்களிலும் மாற்றுத்திறனாளிகளை எள்ளலுக்கு உள்ளாக்கும் போக்கு பரவலாக இருந்தது.

கல்வி, வேலை, உபகரணங்கள் மட்டுமே மாற்றுத்திறனாளர்களின் தன்மானத்தை உறுதிப்படுத்த போதுமானதா? பணித்தளத்திலும், சமூகக் கூடுகைகளிலும், பொழுதுபோக்கு மையங்களிலும் கிடைக்கும் மதிப்புதானே அவர்களின் கௌரவத்தை உண்மையாக மீட்டெடுக்கும்.

கரோனா காலத்தில் அதிகரித்த துயர்

இணைநோய் உள்ளவர்களுக்கு கரோனா பரவும் சாத்தியம் அதிகமாக இருந்ததால், கரோனா காலத்தில் உலகம் முழுவதுமே மாற்றுத்திறனாளிகள் அளப்பரிய துயரம் அடைந்தார்கள். மாற்றுத்திறனாளிகளுக்கு வழக்கமான சிகிச்சைகள் கிடைக்கவில்லை. நோயின் தீவிரத்தைக் குறைக்க வழங்கப்படும் மாத்திரைகளை வாங்க முடியவில்லை. கரோனாவுக்கு முன்பு உடையணிய, சக்கர நாற்காலியில் அமர, கழிப்பறை பயன்படுத்த என உடனிருந்து கவனித்துக்கொண்ட உதவியாளர்கள் வருவதை நிறுத்தியதால் தனியாக அனைத்து வேலைகளையும் செய்து தவித்தார்கள். வீடடங்கி இருந்த நாட்களில் அதிக மன அழுத்தத்துக்கு உள்ளானார்கள்.

மாற்றுத்திறனாளியான மகனுக்கோ மகளுக்கோ தன் வழியாக கரோனா பரவிவிடுமோ என்னும் பயத்தில், அரவணைக்கவும் முடியாமல் சமூக இடைவெளியில் அவர்களைத் தள்ளி வைக்கவும் இயலாமல் பெற்றோர் திணறினார்கள். அதைப் புரிந்துகொள்ள முடியாத மாற்றுத்திறனாளியின் துன்பம் மேலும் அதிகரித்தது. கரோனா தொற்று ஏற்பட்டு மருத்துவமனைக்குச் சென்ற மாற்றுத்திறனாளிகளுக்கு, அவர்கள் பயன்படுத்தக்கூடிய வகையிலான கட்டிலோ, சக்கர நாற்காலியில் சென்று, பயன்படுத்தி, சுகாதாரமாகத் திரும்புவதற்கான கழிவறையோ இல்லாத சூழல் நிலவியது.

மறுக்கப்படும் அடிப்படைத் தேவைகள்

கரோனா காலத்தில் மட்டுமல்ல, எப்போதுமே இச்சமூகத்தில் வாழ்வதற்கு மாற்றுத்திறனாளிகளுக்கு இணக்கமான வசதிகள் இல்லை என்பதே உண்மை. பெரும்பாலான வீடுகளில் படிகள் மட்டும்தானே இருக்கின்றன. சாய்வு தளம் இல்லையே. சக்கர நாற்காலியில் வரும் யாருக்கும் நம் வீட்டில் அனுமதியில்லை.

தனியார் மற்றும் அரசு அலுவலகங்கள், பள்ளி, கல்லூரி, மளிகைக் கடை, சலூன், கோவில், பூங்கா என சின்ன கடைகளில் தொடங்கி, பேருந்துகள், தங்கும் விடுதிகள் என எங்கு பார்த்தாலும் அதே நிலைதான். எங்குமே கழிவறையின் வாசல்கூட நடந்து செல்கிறவருக்குத்தான் அமைக்கப்படுகிறது. தற்போது, சில பள்ளிகளில் இருந்தாலும் பெரும்பாலும் தரைத்தளத்துக்கு மட்டும்தான் உள்ளது.

அதேபோல, பேருந்துகளில் ஒலிக்கும் பாடல்களின் ஒலி அளவு குறித்து செவித்திறன் உள்ளவர்களே முறையிடும்போது செவிக்குறைபாடு உள்ளவர்களுக்கு அங்கே இடமில்லை என குறிப்பால் உணர்த்துகிறோம்.

பல்வேறு துறைகளில் முத்திரை பதிக்கும் மாற்றுத்திறனாளிகளின் தேவைகள் குறித்து விழிப்புணர்வு பெற, அவர்களுக்குரிய மரியாதையை வழங்க நாம் நிறையவே புரிந்துகொள்ளவும் பக்குவப்படவும் வேண்டியுள்ளது. நாம் அனைவரும் தற்காலிகமாகவோ அல்லது நிரந்தரமாகவோ ஏதோ சில குறைகளுடன்தான் வாழ்கிறோம். எனவே, இந்த உலகில் வாழத் தகுதியில்லை எனப் பிறர் நம்மிடம் சொல்வதற்குள் எல்லாருக்குமான உலகமாக இதை மாற்ற முனைவோம்.

டிசம்பர் 18, 2021

17

ஆசிரியர்கள் மட்டுமே பொறுப்பாளிகள் அல்ல!

'ஆசிரியர்களுக்குச் சுதந்திரம் வேண்டும். என்றைக்கு ஆசிரியர்கள் பிரம்பை எடுக்கக் கூடாது என்று உத்தரவு பிறப்பிக்கப்பட்டதோ, அன்றிலிருந்து மாணவர்களின் ஒழுக்கம் குறைந்துவிட்டது. அடியாத மாடு பணியாது' எனும் ஆதங்கம் மீண்டும் மீண்டும் சமூகத்தால் முன்வைக்கப்படுகிறது. திருட்டு, போதை, அடிதடிச் செய்திகளில் இடம்பெற்ற சிறுவர்கள் பிறரைக் கொல்லவும், ஆசிரியரைத் தாக்கவும் துணியும் சூழலில் இக்குரல் இன்னும் ஓங்கி ஒலிக்கிறது.

வெளிநாடுகளில் நான் பார்த்தவரையில் பணம் செலுத்திப் பள்ளிக்கு வரும் மாணவர்களை, ஆசிரியர்-மாணவர் என்கிற நிலையிலேயே அணுகுகிறார்கள். "நன்றி அம்மா" என்று சொன்ன மாணவரைப் பார்த்து, "நான் உன் அம்மா அல்ல... ஆசிரியர்" என்று பதிலுரைத்த ஆசிரியர் உண்டு. மாணவர்களுக்காக அவர்கள் சிறப்பாகப் பாடங்களைத் தயாரிக்கிறார்கள். கற்றுக்கொள்ள உதவுகிறார்கள். அறிவை விசாலப்படுத்துகிறார்கள்.

மாணவர், தொடர்ந்து வீட்டுப் பாடங்களைச் செய்யாவிட்டாலோ, பள்ளிக்கு வராமல் இருந்தாலோ, ஒழுங்கீனமாக நடந்துகொண்டாலோ "என்ன நடந்தது?" என ஆசிரியர்கள் கேட்பார்கள். அவ்வளவுதான். பெற்றோருக்குப் பள்ளியின் தலைமையாசிரியர் தகவல் சொல்லுவார். பள்ளி ஒழுங்கை மாணவர் மீறியிருந்தால் நிர்வாக ரீதியிலான நடவடிக்கை எடுப்பார்கள். ஆசிரியருக்கும் நிர்வாகத்துக்கும் எவ்வித மன உளைச்சலும் இல்லை.

தமிழ்நாட்டில், ஆசிரியர்-மாணவர், நிர்வாகம்-மாணவர் என்பதற்கு இடையே அக்கறை-மாணவர் என்னும் ஒன்றை இயல்பாகவே ஆசிரியர்கள் சுமக்கிறார்கள். அதனால், மாணவர்கள் வராதபோது விசாரிக்கிறார்கள், பக்கம் பக்கமாக அறிவுரை சொல்கிறார்கள், அதட்டுகிறார்கள். கோபம் வருகிறது, வார்த்தை தடிக்கிறது, சிலர் அடிக்கிறார்கள். கரோனாவுக்குப் பிறகு பள்ளி திறந்தபோது, மாணவர்கள் வராமல் இருந்ததை ஒரு தனியார் பள்ளியின் நிர்வாகி கவனித்தார். அப்பள்ளியை நல்ல நிலைக்கு உயர்த்தியிருந்த அவர், மாணவர்களின் அலட்சியத்தை நினைத்து ஆத்திரப்பட்டார். கடும் கோபம்கொண்டு கத்தினார். அதே இடத்தில் மயங்கி விழுந்தவர், தீவிர மாரடைப்பால் மரணமடைந்தார். ஏன் இந்த மன உளைச்சல்? கோபம்? - அக்கறை, அதுதான் காரணம்.

மாணவர்கள் தொடர்ந்து தவறு செய்யும் பட்சத்தில் நிர்வாக ரீதியாக நடவடிக்கை எடுக்கிற ஆசிரியர்கள், நிர்வாகிகள் உண்டு. ஆனால், சிபாரிசு அந்த இடத்தில் நுழைகிறது. சில ஆண்டுகளுக்கு முன்பு, ராமநாதபுரம் மாவட்டத்தில் உள்ள ஒரு பள்ளியில் 12-ஆம் வகுப்பு மாணவர்கள் விளக்குகளை உடைப்பது, திருடுவது, தங்களுக்குள் அடித்துக்கொள்வது எனப் பல்வேறு தவறுகள் செய்தார்கள். நிர்வாகத்தினர், மாணவர்களைத் தனியாக அழைத்துப் பேசினார்கள். பெற்றோர்களிடமும் பேசினார்கள். அந்த மாணவர்கள் திருந்தவில்லை. ஒருநாள் பள்ளிச் சுற்றுச்சுவரை மாணவர்கள் உடைத்தார்கள். நிர்வாகம் காவல் துறைக்குத் தகவல் தெரிவிக்க முடிவெடுத்தது. அப்போது, ஊர்ப் பெரியவர்கள் "மாணவர்களின் எதிர்காலம் பாதிக்கப்படும்" என்றார்கள். பள்ளி நிர்வாகத்தால் நடவடிக்கை எடுக்க முடியவில்லை. ஆண்டு முழுவதும் ஆசிரியர்களும் நிர்வாகமும் அடைந்த மன உளைச்சல் சொல்லி மாளாது.

அப்போதும், இப்போதும் 'ஆசிரியர்களுக்கு அடிக்கச் சுதந்திரம் கொடுங்கள்' எனும் புலம்பல் ஆங்காங்கே கேட்கிறது. இங்கே ஓர் அடிப்படையான கேள்வி எழுகிறது. அதென்ன ஆசிரியர்களை

மட்டும் எதிர்க் கூண்டில் நிறுத்திவிட்டு, நாம் அனைவரும் மறுபக்கமாக நிற்பது. 'கம்பெடுத்து அடியுங்கள்' என்கிறோமே ஏன், மாணவர்களை நெறிப்படுத்தும் பொறுப்பு ஆசிரியர்களுக்கு மட்டும்தான் இருக்கிறதா? பெற்றோருக்கு இல்லையா? சமூகத்துக்கு இல்லையா? திரைத் துறையினருக்கு இல்லையா?

உளவியலும் உடலியலும்

மனிதரின் நடத்தை மற்றும் ஆளுமை வளர்ச்சியில் அதிமுக்கியமானது சிறார் பருவமும் பதின் பருவமும். சிறுவர்கள் தங்களைச் சுற்றி இருப்பவர்களிடமிருந்தும் நடப்பவற்றிலிருந்தும் முன்மாதிரிகளைப் பிரதி எடுக்கிறார்கள். பதின்பருவத்தில் தங்களுக்கான அடையாளத்தைத் தேடவும், கண்டடையவும் முயற்சி செய்கிறார்கள். அடையாளத் தேடுதலில், சமூகத்துடனான அவர்களது உறவாடல், உரையாடல், நம்பிக்கை, மதிப்பீடுகள், உறவு அனைத்தையும் பலவாறு மாற்ற முயற்சிக்கிறார்கள். பெற்றோர்கள், ஆசிரியர்களின் வழக்கமான அறிவுரைகளைவிட சக மாணவரின் பார்வைதான் அவர்களுக்கு முக்கியமாகிறது.

அதேபோல, பதின் பருவத்து மூளையில் கார்பஸ் கலோசம், பிரிஃபிரன்டல் கார்டெக்ஸ், அமிக்டலா ஆகிய மூன்றிலும் முக்கியமான மாற்றம் நடக்கிறது. கிடைக்கிற தகவல்களை அலசி ஆராயும் பணியைச் செய்யும் கார்பஸ் கலோசம், உடனடி எதிர்வினை மற்றும் கோபத்தை வெளிப்படுத்தும், உணர்வுகளின் இருக்கையான அமிக்டலா இரண்டும் பதின் பருவத்தில் விரைவாக வளருகின்றன. ஆனால், ஒரு செயல் சரியா தவறா என முடிவெடுக்க உதவும் பிரிஃபிரன்டல் கார்டெக்ஸ் 20 வயதில்தான் ஒவ்வொருவருக்கும் முழுமையாக வளர்ச்சியடைகிறது.

ஆக, தான் செய்வது, பேசுவது சரியா தவறா என்று தெரிவதற்கு முன்பாகவே பதின்பருவத்தினர் ஒரு செயலைச் செய்துவிடுகிறார்கள். எனவே, சரியான முன்மாதிரியை நாம் கொடுத்தால்தான், மாணவர்கள் விடலைப் பருவத்தில் தன்னம்பிக்கையோடு புதியதை முயன்று பார்ப்பார்கள். தவறான பாதையில் செல்கிறவர்களின் எண்ணிக்கை வெகுவாகக் குறையும். சரியான முன்மாதிரியை நாம் கொடுக்கிறோமா? ஒரு வீட்டுக்குச் சென்றிருந்தபோது, பெற்றோரும், 5-ஆம், மற்றும் 7-ஆம் வகுப்பு படிக்கும் பிள்ளைகளும் சேர்ந்து தொலைக்காட்சியில் 'ரியாலிட்டி நகைச்சுவை ஷோ' பார்த்துக்கொண்டிருந்தார்கள். அதில் வந்த இரட்டை அர்த்தப் பேச்சுக்கள் முகம் சுளிக்க வைத்தன. "அட! நகைச்சுவையை நகைச்சுவையாகப் பாருங்கள்" என்றார் நண்பர்.

வெளிநாட்டுத் திரைப்படங்களில் குழந்தைகள் வரும் காட்சிகளை மிகவும் கவனமாகக் காட்சிப்படுத்துகிறார்கள். ஆனால் நம் நாட்டில் காதல், கர்ப்பம், களவு, போதை, கொலை, பாலியல் வன்முறை, மது, அடிதடி, ஆசிரியர்களை மிகக் கேவலமாகக் கேலி செய்வது, ஆசிரியருக்குக் காதல் கடிதம் கொண்டுசெல்வது, ஆசிரியைகளையும் மாணவிகளையும் இடிப்பது, வகுப்பறையிலேயே குடிப்பது போன்ற ஏதாவது ஒன்று அல்லது பலவற்றை 18 வயதுக்குக் கீழுள்ள சிறுவர்கள் செய்வதுபோன்ற காட்சிகள் பல திரைப்படங்களில் இடம் பெற்றிருக்கின்றன. திரைப்படங்கள் அதிகம் தாக்கம் செலுத்தும் நம் கலாச்சாரத்தில், மாணவர்களையும் சிறுவர்களையும் மேற்குறிப்பிட்ட காட்சிகளின் பிம்பங்களாகவே காட்டுவது, அவர்கள் மத்தியில் தீய விளைவுகளை ஏற்படுத்தும் என்று இயக்குநர்களுக்குத் தெரியாதா?

தாங்கள் எதைப் பார்க்கிறார்களோ அதையே மாணவர்கள் செய்துபார்க்கிறார்கள். அவ்வாறு செய்யும்போது, அதை ஆசிரியர்களே பெரும்பாலும் முதலில் எதிர்கொள்கிறார்கள். அறமற்ற வாழ்வைக் காட்டி, சமூகமாகத் தோற்ற பிறகு “நல்வழிப்படுத்துவது ஆசிரியரின் பொறுப்புதான், பள்ளியில்தானே அதிக நேரம் இருக்கிறார்கள்” என்பது எவ்வகையில் நியாயம். ஆங்காங்கே குறைகள் இருப்பினும், ஆசிரியர்கள் அக்கறை எனும் விழுமியத்துடன் மாணவர்களை அணுகுவதால்தான் எண்ணற்றவர்களால் படிப்பைத் தொடர முடிகிறது. ஆசிரியர்கள், நிர்வாக அணுகுமுறையை முன்னிலைப்படுத்தத் தொடங்கினால் ஆபத்து சமூகத்துக்குத்தான். ஆகவே, ஆசிரியர்களைத் தனியாக விட்டுவிடாதீர்கள். அவர்கள், சமூகத்தில் ஓர் அலகு அவ்வளவுதான். அச்சாணி அல்ல.

டிசம்பர் 10, 2021

18

ஆசிரியர்களே மனம் தளராதீர்கள்!

காலையில் எழுவது, பள்ளிக்குக் கிளம்புவது, மாலையில் விளையாடுவது, சிறப்பு வகுப்புகளுக்குச் செல்வது, தூங்குவது எனும் ஓர் ஒழுங்கினுள் தங்கள் அன்றாட வாழ்க்கையை வாழ்ந்த மாணவர்கள் இரண்டு ஆண்டுகளாக வீடுகளுக்குள் முடங்கியிருந்தார்கள். கரோனா கால விடுமுறைக்குப் பிறகு தற்போது மறுபடியும் பள்ளிக்கு வந்திருக்கிறார்கள். கரோனா காலத்திய தங்கள் வாழ்க்கை, அது ஏற்படுத்திய உளவியல் தாக்கத்தினூடாக வகுப்பறையை எதிர்கொள்கிறார்கள். ஆசிரியர்களோ, கரோனாவுக்கு முந்தைய வகுப்பறையை மனதில் இருத்திக்கொண்டு, மாணவர்களை அணுகுவதால், அவர்களை ஓர் ஒழுங்குக்குள் கொண்டுவர இயலாமல் போராடுகிறார்கள்.

தமிழ்நாட்டின் பல்வேறு மாவட்டங்களில் பணியாற்றும் ஆசிரியர்கள் சிலரிடம் கரோனாவுக்குப் பிறகான மாணவர்களின் வருகை மற்றும் அவர்களின் ஈடுபாடு குறித்து விசாரித்தேன். அரசுப் பள்ளி, தனியார் மற்றும் அரசு உதவி பெறும் பள்ளி ஆசிரியர்கள் அனைவரின் பதில்களும் ஒன்றுபோலவே இருந்தன.

ஒழுக்கம், கல்வி, பிறரன்பு

"மாணவர்கள் ஊரடங்குக்கு முன்பு எப்படி இருந்தார்களோ அதற்கு நேரெதிராக வந்திருக்கிறார்கள்; வேறோர் உலகத்தில் உலவுகிறார்கள்; பள்ளி கூடுகைக்குக் காலையில் வரிசையில் நிற்க வைப்பதே பெரும் போராட்டம்தான்; வகுப்பறையில் எப்படி நடந்துகொள்வது என்பதையும், கற்ற விழுமியங்களையும் மறந்துவிட்டார்கள்; மேல்நிலைப் பள்ளி மாணவர்களையாவது ஓரளவு கையாள முடிகிறது. ஆனால், 6 முதல் 8-ஆம் வகுப்பு வரை உள்ள மாணவர்களுடன் அதிகம் போராட வேண்டியுள்ளது.

மாணவர்களால் சிந்தித்து, நிதானமாக ஒரு வேலையைச் செய்ய இயலவில்லை; நன்கு படிக்க வேண்டும், நல்ல மதிப்பெண் எடுக்க வேண்டும், ஆசிரியர் கொடுக்கும் வேலையை விரைவாகச் செய்து முடிக்க வேண்டும் என்கிற ஆர்வமே இல்லாமல் சோர்வாகவும் சோம்பேறியாகவும் இருக்கிறார்கள். முன்பெல்லாம் ஒவ்வொரு பாடத்துக்கும் தனித்தனியாக குறிப்பேடு வைத்திருந்தவர்கள் தற்போது ஏதாவது ஒரு குறிப்பேட்டில் எல்லா பாடங்களின் குறிப்புகளையும் எழுதுகிறார்கள்.

உடன் படிக்கும் மாணவர்களிடம் அன்பு காட்டுவது, மன்னிப்பது, பொறுத்துக்கொள்வது, விட்டுக்கொடுப்பது, யோசித்து வார்த்தைகளைப் பயன்படுத்துவதையெல்லாம் பார்ப்பது அரிதாக உள்ளது; உயர்நிலைப் பள்ளி மாணவர்கள் தொடக்கப் பள்ளி மாணவர்கள்போல நடந்துகொள்கிறார்கள்; மற்ற மாணவர்களைச் சட்டென்று கைநீட்டி அடித்துவிடுகிறார்கள், கோபத்தில் அதிகமாகக் கெட்ட வார்த்தைகள் பேசுகிறார்கள். கீழ் வகுப்புகளில் படிக்கும் மாணவர்களுக்கு முன்மாதிரியான மேல் வகுப்பு மாணவர்களைத் தேட வேண்டியுள்ளது " என்கிறார்கள்.

தமிழ்நாட்டில் மட்டுமல்ல, உலகம் முழுவதுமே இதுதான் நிலை. தினமும் பள்ளிக்குச் செல்ல வேண்டியதாலும் வீட்டுப்பாடங்களாலும் புதிதாக ஓர் ஒழுங்கைப் பின்பற்ற வேண்டியதாலும் கவலையிலும் விரக்தியிலும் மாணவர்கள் உழல்கிறார்கள். சமூகம் ஏற்றுக்கொண்ட ஒழுங்குக்கு மாறான செயல்களைச் செய்கிறார்கள். "மாணவர்களுக்கு, தங்கள் கருத்தைச் சொல்லத் தெரியவில்லை; நாங்கள் எதிர்பார்த்ததைவிட, மனதளவில் எங்களை நாங்கள் தயாரித்துக் கொண்டிருந்ததைவிட அதிக சவாலை மாணவர்களிடம் எதிர்கொள்கிறோம்" என்பதைப் பிற நாட்டு ஆசிரியர்களிடமும் கேட்க முடிகிறது.

கரோனா காலம் பல்வேறு மன அழுத்தங்களைக் குழந்தைகளின் மீது திணித்துள்ளது. திடீரென நின்றுபோன பள்ளி வாழ்க்கை, உறுதியற்ற எதிர்காலம், பெற்றோரின் வேலையிழப்பு, வறுமை, பெற்றோர் அல்லது உறவினர்களின் மரணம், மற்றும் கூலி வேலைக்குத் திரும்பிய, தங்களை அழகுபடுத்திக்கொண்டு உடலையும் மனதையும் சுறுசுறுப்பாக வைத்துக்கொள்வதையே மறந்திருந்த குழந்தைகள் வகுப்பறைக்குள் வந்திருக்கிறார்கள். மனஅழுத்தத்தை அடுக்கடுக்காகச் சுவர்போல எழுப்பி, வீடுகளுக்குள் முடங்கிக் கிடந்தவர்கள், புதிய இடம், சூழல், ஒழுங்கு அனைத்தையும் அனுசரித்துச் செல்வதில் சிக்கலை எதிர்கொள்கிறார்கள்.

அனுசரிப்புச் சிக்கலில் (Adjustment problem / disorder) உழலும் மாணவர்களால் எதிலும் கவனம் செலுத்த இயலாது. சரியாகத் தூங்க இயலாது. பிறருடன் எளிதில் பழகவும் இணைந்து செயல்படவும் இயலாது. பதற்றம், ஆர்வமின்மை, பசியின்மை, கவலை, எரிச்சல், தன்னம்பிக்கைக் குறைவு, மனச்சோர்வு, வாழ்க்கை முறை மாற்றங்களால் ஏற்படும் கூடுதல் மன அழுத்தம் ஆகியவற்றை எதிர்கொள்வார்கள். இவை அனைத்தும் நடத்தைசார் பிரச்சனைகளாகவும் வெளிப்படும். வலிய சண்டைக்குச் செல்வார்கள். அதீதமாகக் கோபப்படுவார்கள், பொருட்களை உடைப்பார்கள், தங்களையும் காயப்படுத்திக்கொள்வார்கள். இதில், பாலின வேறுபாடோ, கலாச்சார வேறுபாடுகளோ கிடையாது. எல்லாருக்கும் எல்லா அறிகுறிகளும் இருக்க வேண்டும் என்பதில்லை. ஆனாலும், மனநல ஆலோசகரின் வழிகாட்டுதல் தேவைப்படும் மாணவர்கள் இருக்கத்தான் செய்கிறார்கள்.

எனவே, மாணவர்களைக் கவனமாகக் கையாளுங்கள். மாணவர்கள் வந்துவிட்டார்கள், அவர்களை நல்வழிப்படுத்த வேண்டும். அவர்கள் தவறவிட்ட பாடங்களை உடனடியாகக் கற்றுக்கொடுத்துப் பந்தயத்தில் ஓட வைக்க வேண்டும் என்கிற உங்களின் ஆர்வத்தையும் வேகத்தையும் கொஞ்சம் குறையுங்கள். மாணவர்களைத் தவறாக நினைக்காதீர்கள், திட்டாதீர்கள். உங்கள் வேகத்தைத் தாங்கும் சக்தியும், ஆர்வத்தை உள்வாங்குகின்ற ஆற்றலும் அவர்களுக்கு ஏற்பட கால அவகாசம் தேவை.

நாம் என்ன செய்யலாம்?

1. அனுசரிப்புச் சிக்கலில் உள்ளவர்களுக்கு மிகச் சிறந்த உளவியல் சிகிச்சை, அவர்களைப் பேச வைப்பதும் அவர்களுடன் பேசுவதுமாகும். இச்சிகிச்சையைத் தனி நபருக்கும் குழுவுக்கும் வழங்கலாம். நீங்கள்

உங்கள் வகுப்பில் உள்ள பிள்ளைகள் ஒவ்வொருவருடனும் தனித்தனியாகப் பேசிவிட்டீர்களா? இரண்டு ஆண்டுகளில் அவர்கள் குடும்பத்தில் நடந்த நல்லது கெட்டது உங்களுக்குத் தெரியுமா? தெரிந்தால் உங்களால் அவர்களை நெறிப்படுத்த இயலும். தேவைப்படின், முக்கியமானவற்றை மற்ற ஆசிரியருடன் பகிர்ந்துகொண்டு அம்மாணவர்களை வலுப்படுத்த முடியும்.

2. மாணவர்களுக்கு மத்தியில் இணக்கம் ஏற்பட என்னவெல்லாம் செய்யலாம் என்று யோசியுங்கள். ஏனென்றால், “குழுவாக இணைந்து செய்யுங்கள்” என ஓர் ஆசிரியர் சொன்னவுடன், “அதிக நாட்கள் பள்ளிக்கே வராமல் இருந்ததால், எப்படி மற்றவர்களுடன் பழக வேண்டும் என்பதே மறந்துபோனதுபோல உள்ளது” என்று ஒரு மாணவி சொன்னதை எளிதில் நாம் கடந்துவிட முடியாது.

3. தங்கள் உணர்வுகளைச் சமநிலையில் வைத்துக்கொள்ள, “நேரே அமருங்கள். கண்களை மூடுங்கள். வயிற்றில் உள்ளங்கையை வையுங்கள். மூச்சை நன்கு இழுத்து மெல்ல விடுங்கள். வயிறு முன்னும் பின்னும் வந்துபோவதைக் கவனியுங்கள். வேறு எண்ணங்கள் வந்தாலும் கவலை வேண்டாம். மறுபடியும் வயிற்றுக்குக் கவனத்தைக் கொண்டுவாருங்கள். வேறு எதையும் வலிந்து யோசிக்க வேண்டாம்” என்று, மிகவும் எளிமையான மனம்நிறை கவனத்துக்கான (Mindfulness) மூன்று நிமிட மூச்சுப் பயிற்சியைக் கற்றுக்கொடுங்கள்.

4. நீண்ட விடுமுறை, குடும்பச் சூழல், தனிமை உள்ளிட்டவற்றால், நீங்களுமேகூடச் சோர்ந்துதான் போயிருப்பீர்கள். எளிதில் கோபப்படுகிறவர்களாக, பொறுமையற்றவர்களாக மாறியிருப்பீர்கள். உங்களைச் சரிசெய்துகொள்ளவும் முயற்சி செய்யுங்கள்.

கல்விப்புலத்தில் ஆற்றுப்படுத்துநர்கள் எந்த அளவுக்கு முக்கியம் என்பதை கரோனாவுக்குப் பிந்தைய காலம் கற்றுக்கொடுத்திருக்கிறது. நல்ல சமுதாயத்தைக் கட்டமைக்க ஆசிரியர்கள் போராடுகிறார்கள். மாவட்டந்தோறும் மருத்துவக் கல்லூரிகளைத் தொடங்கியுள்ள தமிழ்நாட்டு அரசு, அனைத்து கலைக் கல்லூரிகளிலும் உளவியல் இளங்கலை, முதுகலை பட்டப் படிப்பையும் தொடங்க வேண்டும். ஒவ்வொரு பள்ளியிலும் கல்லூரியிலும் ஆற்றுப்படுத்துநருக்கான பணியிடத்தை உருவாக்குவதுடன் வேலைக்கான உத்தரவாதத்தையும் வழங்க வேண்டும். உடல் நலமும் மனநலமும் மிகுந்த சமுதாயத்தைக் கட்டமைக்க வேண்டியது நல்லாட்சியின் கடமையல்லவா!

மார்ச் 29, 2022

19
திறன்பேசியைத் தள்ளிவைப்பதால் பிரச்சினை தீர்ந்திடுமா?

கரோனா ஊரடங்குக்கு முன்பு பேசப்பட்டதுபோலவே, 'திறன்பேசிகளால் மாணவர்கள் கெட்டுப்போய்விட்டார்கள்' என மறுபடியும் பேச்சு எழத் தொடங்கியிருக்கிறது. 'பள்ளிக்குத் திறன்பேசிகள் கொண்டுவரப்பட்டால் பறிமுதல் செய்யப்படும்' என்கிற எச்சரிக்கையும் பல பள்ளி, கல்லூரிகளில் விடுக்கப்பட்டுள்ளது. திறன்பேசிகள் தீயவழியில் செல்வதற்காகவே உருவாக்கப்பட்டவையா?

சில ஆண்டுகளுக்கு முன்பு பிலிப்பைன்ஸ் சென்றிருந்தபோது, ஒரு கல்வி வளாகத்தில் உயர்நிலைப் பள்ளி மாணவர்களின் செயல்பாடுகள் என்னைக் கவர்ந்தன. ஒருபக்கம், தான் படித்த கதையை ஒரு மாணவர் விவரித்துக்கொண்டிருந்தார். மற்றொரு பக்கம், குழுவாக அமர்ந்து ஒரு தலைப்பை மாணவர்கள் விவாதித்துக்கொண்டிருந்தார்கள். அடுத்த மரத்தடியில், நாடகம் நடைபெற்றுக்கொண்டிருந்தது.

இவை அனைத்தையும் அந்தந்தக் குழுவில் இருந்த இருவர் காணொளிப் படம் எடுத்துக்கொண்டிருந்தார்கள். என்னவென்று விசாரித்தேன். "பாடங்களைப் பேசி, நடித்து, காணொளியாகப் பதிவுசெய்து ஆசிரியரின் மின்னஞ்சலுக்கு அனுப்புவோம். ஆசிரியர் பார்த்த பிறகு, எங்கள் பாடத்துக்கென்று உருவாக்கப்பட்டுள்ள

பற்றியம் குழுவில் (Messenger group) அவற்றைப் பகிர்ந்துகொள்வார். மறுநாள் இது குறித்து வகுப்பில் விவாதிப்போம்" என்றனர்.

இதே காலகட்டத்தில், 'குறுஞ்செய்தி அனுப்புவதைத் தவிர திறன்பேசியில் வேறெந்தச் செயல்பாடும் தெரியாது' என்று சொன்ன, இணையதளத்தைத் திறந்து மின்னஞ்சல் அனுப்பத் தெரியாத சில ஆசிரியர்களைத் தமிழ்நாட்டில் நான் பார்த்திருக்கிறேன். திறன்பேசிகளைத் தொடுவதே பாவம் என்று ஒதுக்கப்பட்ட குழந்தைகளையும் கண்டிருக்கிறேன்.

கல்லூரி சென்ற பிறகும்கூட கணினியில் புதிதாக ஒரு எழுத்துக்கோப்பை உருவாக்கவோ, பவர் பாயின்ட் தயாரிக்கவோ, இணையவழித் தேர்வுகளை எழுதவோ தெரியாத அல்லது அவற்றைப் பார்த்து அஞ்சும் மாணவர்களையும் பார்க்க முடிகிறது.

கரோனா தந்த பதில்

கரோனா பெருந்தொற்றுக் காலத்தில், மெய்நிகர் வழியாகப் பாடங்கள் நடத்தத் தொடங்கப்பட்டபோது மின்னஞ்சல் கணக்குத் தொடங்குவது எப்படி, ஸூம் அல்லது கூகுள் ஃபார்ம் எப்படி வேலைசெய்யும் என்றெல்லாம் தெரியாமல் தொடக்கத்தில் மாணவர்கள் தடுமாறினார்கள்.

ஆனால், சில நாட்களிலேயே யாருடைய உதவியும் இன்றி இணையத்தில் அவர்கள் உலவத் தொடங்கினார்கள். பவர் பாயின்ட் தயாரித்துப் பாடங்களை விளக்கினார்கள். காணொளியாகப் பதிவுசெய்தார்கள். மரத்தடியிலும் வீடுகளிலும் முந்தைய தலைமுறையினர் குழுவாகப் படித்ததுபோல, புலனத்தில் குழு அமைத்துப் படித்தார்கள். இணையப் பக்கத்தில் தேர்வு எழுதவும் எழுதிய தேர்வுகளைச் சமர்ப்பிக்கவும் கற்றார்கள்.

திறன்பேசிகளின் வழியாக ஓவியம், இசை, நாடகப் பயிற்சிகளிலும் கதை சொல்லும் அமர்வுகளிலும் பங்கேற்றார்கள். தங்கள் ஆசிரியர்கள் பங்கேற்ற மெய்நிகர் கருத்தரங்குகளிலும் மாணவர்களைப் பார்க்க முடிந்தது. வலையொளிகளில் (YouTube), கைவினைப் பொருட்கள் செய்வது, கதை கேட்பது தொடர்பான காணொளிகளைப் பார்த்துக் கற்பனையையும் திறமையையும் பலர் வளர்த்துக்கொண்டார்கள்.

"முன்பு இருந்ததைவிட, ஒரு காட்சியைப் பார்த்தவுடன் மனதில் பதியவைத்துக்கொள்ளும் ஆற்றல் (Visual memory) மாணவர்களிடம் அதிகரித்திருக்கிறது," "WHO என்றால் என்ன எனக் கேட்டால் இணையத்தில் தேடித் தெரிந்துகொள்கிறார்கள்," "யாராவது சொல்லித்தரமாட்டார்களா என அடுத்தவர்களை எதிர்பார்த்திருந்தவர்கள்,

தாங்களாகவே தேடுகிறார்கள். எதையும் கண்ணை மூடி நம்பாமல் தேடிக் கண்டடைகிறார்கள்" என இவற்றின் பயன்கள் ஊரடங்குக்குப் பிந்தைய வகுப்பறைகளில் வெளிப்படுவதை ஆசிரியர்கள் உறுதிப்படுத்துகிறார்கள்.

ஒரு பள்ளியின் முதல்வர் சொன்னார், "வினாடி-வினா போட்டியில் நிறைய மாணவர்களை பங்கெடுக்க வைக்கத் திட்டமிட்டோம். பள்ளியில் கணினி இருந்தாலும், எல்லாருக்கும் போதாதே! அனைவருக்கும் அருகலை ஏற்பாடு செய்யவும் இயலாதே! என்ன செய்யலாம்? என யோசித்தபோது, 'எங்கள் திறன்பேசிகளை நாங்கள் எடுத்து வருகிறோம். அதில் உள்ள இணைய வசதியைப் பயன்படுத்துகிறோம்' என்றார்கள் மாணவர்கள். அப்படியே செய்தார்கள். அப்போதுதான், திறன்பேசிகளை பள்ளிக்கு கொண்டுவரவே கூடாது என்று சொல்வதைவிட, பாடத்திட்டத்தில் சரியான முறையில் பயன்படுத்துவதைக் குறித்து திட்டமிட வேண்டும் என்று உணர்ந்தேன்."

வழிமுறைகள் இருக்கின்றன

தன் பாடத்துக்கென்று ஒரு குழுவைப் புலனத்தில் ஆசிரியர்கள் உருவாக்கலாம். பாடத்தில் எழும் சந்தேகங்களை மாணவர்கள் அதில் கேட்கலாம். மற்ற மாணவர்களும் பதில் சொல்லலாம். நேரில் சந்தேகம் கேட்கப் பயப்படும் மாணவர்கள், புதிய பகிர்தல் குழுவில் இயல்பாக இருப்பதைக் காண முடியும். வகுப்பில் விரைவாகவும் எளிமையாகவும் குறிப்பெடுக்கும் மாணவர்கள், மற்ற மாணவர்களுடன் அவற்றைப் பகிர்ந்துகொள்ளலாம். பாடத்தை ஒரு மாணவர், மற்ற மாணவருக்கு விளக்குவதைக் காணொளியாக அனுப்பச் சொல்லலாம்.

இதிலிருந்து, எளிய முறையில் குழந்தைகள் விளக்குவது எப்படி என்பதை ஆசிரியரும் கற்றுக்கொள்ள முடியும். வகுப்புக்கு ஒரு வலையொளிப் பக்கத்தை உருவாக்கி, மாணவர்கள் தயாரித்த காணொளிகளைப் பதிவேற்றலாம். காலாகாலத்துக்கும் அது இருக்கும்.

"கரோனாவுக்குப் பிறகு அறிந்துகொள்ளும் வேகம் சில மாணவர்களுக்கு அதிகரித்துள்ளதால், அவர்களின் வேகத்துக்கு ஈடுகொடுக்க வேண்டியுள்ளது" என முகநூலில் ஆசிரியை ஒருவர் எழுதியிருந்தார். இத்தகைய மாணவர்கள் சோர்ந்துவிடாதிருக்க சமூகம், ஆங்கிலம், உளவியல், கணிதம், இலக்கியம், அறிவியல் தொடர்பான காணொளிகள், இதழ்கள், செய்தித்தாள்கள், இணைய இதழ்கள், வலையொலி (*Podcast*) உள்ளிட்டவற்றை ஆசிரியர்கள்

அறிமுகப்படுத்தலாம். 'Wordle', 'தமிழாடல்', 'சொல்லியடி' போன்ற செயலிகளை அறிமுகப்படுத்தி விளையாடலாம். எண்ணற்ற வார்த்தைகளை மாணவர்கள் கற்றுக்கொள்ள இது வழிவகுக்கும்.

ஆபத்தும் பாதுகாப்பும்

அதே நேரம் திறன்பேசிகளை மாணவர்கள் தவறாகப் பயன்படுத்துவதற்கான சாத்தியம் இருப்பதை மறுப்பதற்கும் இல்லை. மற்ற மாணவர்களின் தகவல்களைத் திருடுவது, இணையவழியில் மிரட்டுவது, பாடங்கள் தவிர்த்த வேறு பக்கங்களில் நேரத்தைச் செலவிடுவது, மற்றவர்களின் மன உணர்வுகளைப் பாதிக்கும் தகவல்களைப் பகிர்ந்துகொள்வது போன்றவற்றைச் செய்யாதிருக்க சுய ஒழுக்கத்தைக் கற்பிக்க வேண்டும். இணையவெளியில் உலவும் எல்லாரும் உண்மையான முகத்தைக் காட்டுவதில்லை என்பது குறித்துப் புரிய வைக்க வேண்டும். ஆசிரியர்களும் முன்மாதிரியாகத் திகழ வேண்டும்.

திறன்பேசிகளை ஆக்கபூர்வமாகப் பயன்படுத்துவது குறித்து மாணவ - ஆசிரியர் பிரதிநிதிகள், பள்ளி மேலாண்மைக் குழுவினர் கலந்துரையாடி வழிகாட்டு நெறிமுறைகளை வகுக்க வேண்டும். வாய்ப்புள்ள பள்ளிகள், திறன்பேசியைக் கையாளும் மேலாண்மை அமைப்பை (Mobile Device Management) நிறுவலாம்.

தொலைக்காட்சி, கணினி, இணையம் உள்ளிட்ட எல்லா நவீனத் தொழில்நுட்ப வளர்ச்சிகளும் சாதக, பாதக அம்சங்களைக் கொண்டிருக்கின்றன. இந்த வளர்ச்சிகளை முற்றிலும் புறக்கணிப்பதோ, ஒதுக்கிவைப்பதோ சாத்தியமில்லை. எனவே, அந்த வசதிகளை ஆக்கபூர்வமாக எப்படிப் பயன்படுத்தலாம், அவற்றின் திசைதிருப்பல்களிலிருந்து எச்சரிக்கையுடன் இருப்பது எப்படி என்கிற பயிற்சியும் தெளிவும் அனைத்து நிலைகளிலும் தேவைப்படுகிறது.

இது சார்ந்த முறைப்படுத்துதல் பயிற்சி இல்லாதவரையில் அவற்றால் மாணவர்கள் திசைதிருப்பப்படுவதற்கான சாத்தியம் அதிகரிக்கிறது. இளம் வயதில் சாகச உணர்வு, கற்பனைத்திறன், மற்றவர் கவனத்தை ஈர்க்க முயலுதல் போன்ற பல்வேறு அம்சங்கள் கொப்பளித்துக்கொண்டிருக்கும்.

இந்தப் பின்னணியில் மலிவான அம்சங்களால் அவர்கள் திசைதிருப்பப்படாமல் இருக்கவும், ஆக்கபூர்வமாக ஒரு சாதனத்தைப் பயன்படுத்தவும், முறைப்படுத்தும் பயிற்சிகளும் வழிகாட்டலும் அவசியம் தேவை. அந்தத் திசை நோக்கிச் சிந்திப்பதே சிறந்த வழி.

ஜூலை 12, 2022

20

அருங்காட்சியகம் செல்வோம் வாருங்கள்!

சுற்றுலா என்றதும் அருவி, மலை, கடற்கரை, கேளிக்கை பூங்கா, கோவில் உள்ளிட்ட இடங்களே பெரும்பாலானவர்களின் தேர்வாக இருக்கிறது. இதைக் கடந்து, அருங்காட்சியகத்தைத் தேடும் சமூகத்தை உருவாக்க வேண்டியதும் அரசின் கடமையாகும். ஏனென்றால், சுற்றுச்சூழல், அரசியல், கல்வி, பொருளாதாரம் மற்றும் சமூக பண்பாட்டு தளங்களில் நிகழ்ந்த வளர்ச்சி, துயரம், போராட்டம், விடுதலை அனைத்தையும் அறிய அருங்காட்சியகங்கள் உதவுகின்றன. அறியாமை மற்றும் பகை உணர்வுக்கு மாற்று ஆயுதம், அறிவும் புரிதலுமே என்பதை எடுத்தியம்புகின்றன.

ஷான்ங்ஜி வரலாற்று அருங்காட்சியகம்

2019-இல் சீனாவின் ஷியான் நகரில் இருக்கும் ஷான்ங்ஜி வரலாற்று அருங்காட்சியகம் சென்றிருந்தேன். தங்கள் தலைநகரை ஷியான் நகரில் நிறுவி ஆட்சி செய்த 14 வம்சங்களில் மிகவும் முக்கியமான 4 வம்சங்களைப் பற்றிய அருங்காட்சியகம் அது. பலகையின் நிறம் மற்றும் அதிலுள்ள எழுத்தின் நிறத்தால் 4 வம்சங்களையும் வேறுபடுத்திக் காட்டியுள்ளார்கள். பழங்கால கண்டுபிடிப்புகள், முன்னோர்களின் சிறப்புகள் இலக்கியத்தில்,

கல்வெட்டுக்களில், வாய்மொழி பாரம்பரியத்தில் இருந்தாலும், அகழாய்வில் இதுவரை கிடைக்காதிருக்கலாம் அல்லவா! அவ்வாறானவைகளை தத்ரூபமாக செய்து வைத்திருக்கிறார்கள். நான் சென்றபோது, மாணவர்களால் அருங்காட்சியகம் நிரம்பி வழிந்தது. இது கோடை விடுமுறை ஆயிற்றே, மாணவர்கள் எப்படி இங்கு வந்தார்கள்? என்று விசாரித்தேன். "விடுமுறைதான். ஆனாலும், ஆசிரியர்கள் அழைத்து வந்திருக்கிறார்கள்" என்றார்கள். மாணவர்கள் உற்சாகமாக இருந்தார்கள். ஒவ்வொன்றையும் ரசித்துப் பார்த்தார்கள்.

லண்டன் அருங்காட்சியகங்கள்

லண்டனில் பிரிட்டிஷ் அருங்காட்சியகத்திற்கு சென்றபோது, ஆசிரியர்களுடன் தொடக்கப்பள்ளி மாணவர்களைப் பார்த்தேன். அருங்காட்சியகம் முழுவதும் பார்க்க இயலாது என்றாலும், குறிப்பிட்ட பகுதியையாவது பார்க்க வேண்டும் என மாணவர்களை அழைத்து வந்திருந்தார்கள். தரையில் அமர்ந்திருந்த மாணவர்கள், தங்களுக்கு முன் இருந்த காட்சியை குறிப்பேட்டில் வரைந்தார்கள். வியந்தேன். அவர்கள் அனுமதியுடன் படம் எடுத்தேன். லண்டன் கோபுரத்தின் உள்ளே அமைந்துள்ள அருங்காட்சியத்துக்குள் சென்றபோதும், சிறுவர்களின் கூட்டத்தில் மிதந்தேன். அரசருக்கு பாதுகாப்பு உடை அணிவிப்பது, குறி பார்த்து டாங்கிகளை இயக்குவது, குதிரை ஓட்டுவது, சரியான விடைகளைப் பொறுத்துவது என வீடியோ கேம் போல் அமைத்து வரலாற்றை கற்றுக் கொடுக்கிறார்கள். மாணவர்களின் குதூகலத்தைப் பார்த்து மகிழ்ந்தேன்.

நினைவுகளைச் சேகரிக்கும் ஜப்பானியர்

ஜப்பானில், அமைதி நினைவு பூங்கா, நீர் வாழினக் காட்சியகம், குழந்தைகள் இலக்கியம் சார் சர்வதேச நூலகம் என அருங்காட்சியகங்கள் மற்றும் வரலாற்று முக்கியத்துவம் மிகுந்த இடங்களில் பெற்றோர்களுடன் குழந்தைகளைப் பார்த்தேன். கட்டிடங்களிலிருந்து வெளியேறும் இடங்களில், அவ்விடத்தின் இலச்சினையுள்ள அச்சு முத்திரை வைத்திருக்கிறார்கள். சிறுவர்களும் பெரியவர்களும் தாங்கள் கொண்டுவந்திருந்த குறிப்பேட்டில் அச்சு பதித்து நினைவுகளைச் சேகரித்தார்கள்.

தனித்துவமும் நட்புறவும் !

நாட்டின் வளர்ச்சிக்கு உதவிய அரசர்கள், அறிவியல் கண்டுபிடிப்புகள், மதம், இயல் இசை நாடக கலைஞர்கள் எனத்

தனித்தனி அருங்காட்சியகங்கள் அமைக்கப்பட்டிருப்பதை பல்வேறு நாடுகளில் பார்த்துள்ளேன். உதாரணமாக, ஏதென்சில் இஸ்லாமிய கலை, பைசாண்டியம் மற்றும் கிறிஸ்தவம் தொடர்பான அருங்காட்சியகங்கள் உள்ளன. சீனாவில் தொடர்வண்டி, திரைப்படம், இயற்கை வளம் சார்ந்த அருங்காட்சியகங்களும், ஜப்பானில் நவீன ஓவியங்கள், தற்கால ஓவியர் யாயோய் குசாமா உள்ளிட்ட அருங்காட்சியகங்களும் உருவாக்கப்பட்டுள்ளன.

மற்ற நாடுகளுடனான நட்புறவைப் பேணும்பொருட்டு அந்நாடுகளின் சிறப்பை தங்கள் நாடுகளில் காட்சிப்படுத்தியதையும் பார்த்துள்ளேன். உதாரணமாக, ஹங்கேரி நாட்டு இளவரசியும் ஆஸ்ட்ரியா நாட்டு அரசியுமான “பேரரசி எலிசபெத் மற்றும் அவர்கால பிரபுக்களின் வாழ்க்கை”; “ஆப்பிரிக்காவின் தேர்ந்தெடுக்கப்பட்ட சிற்பங்களின் கண்காட்சி” ஆகிய இரண்டும் நான் சென்றபோது சீனாவில் இருந்தன.

மேற்கு ஆப்பிரிக்க பழங்குடி மக்கள் அகலம் குறைவான, உயரமான மரக்கட்டைகளில் குடும்பத்தின் அன்றாட வாழ்க்கையை செங்குத்தான ஒரு கட்டையின் மேல் அடுத்தடுத்து செதுக்கியுள்ளதைப் பார்த்து வியந்தேன். “ஆப்பிரிக்க கலைகளில் தனித்துவமிக்கது அவர்களின் சிற்பக் கலை. பிகாசோ, ஹென்றி மட்டிஸ், ஜார்ஜ் பிராக் உள்ளிட்ட பல கலைஞர்களுக்கு ஆப்பிரிக்க சிற்பங்கள் பெரும் உந்துதலாக இருந்துள்ளன. அழகைக் கண்டு ரசிப்பதோடு மட்டுமல்லாமல் ஆப்பிரிக்க கலைகள் குறித்து மக்கள் கற்றுக்கொள்வதற்கும் இக்காட்சிகள் உதவும்” என எழுதியிருந்ததை வாசித்தேன்.

நமக்கான வரலாறு

பழம்பெரும் பாரம்பரியம், பண்பாடு, கலை, இலக்கிய செழுமை மிக்க தமிழ்நாட்டில் அதை அடுத்த தலைமுறைக்கு கொண்டு செல்லும் அருங்காட்சியகங்கள் வெகு சிலவே இருக்கின்றன. என் பள்ளி கல்லூரி நாட்களில் ஆசிரியர்கள் யாரும் அருங்காட்சியம் குறித்து பேசியதாககூட எனக்கு நினைவு இல்லை. இனியாகினும், கடந்தகால வரலாறுகளைப் பாதுகாப்பதிலும், தேடிச் செல்வதிலும் ஆர்வமிக்க சமுதாயத்தை நாம் உருவாக்க வேண்டும்.

மரச்சாமான்கள், மண்பாண்டங்கள், நெசவு, ஓவியம், தெருக்கூத்து சார்ந்த மற்றும் ஒவ்வொரு மாவட்டத்தின் சிறப்புகளை உள்ளடக்கிய தனித்தனி அருங்காட்சியகங்களை உருவாக்க வேண்டும். சேர, சோழ,

பாண்டிய, பல்லவ, மராட்டிய அரசர்களும், குறுநில மன்னர்களும் சமயம், பொருளாதாரம், பண்பாடு, நாணயம், போர்திறம் மற்றும் இலக்கியங்களில் தாக்கத்தை ஏற்படுத்தியிருக்கிறார்கள். கிறிஸ்தவம் அறிவிக்க வந்த சீகன் பால்க், வீரமாமுனிவர் போன்றோர் தமிழ் வளர்ச்சிக்கும், சமூக மாற்றங்களுக்கும் உழைத்திருக்கிறார்கள். சுதந்திரத்துக்காகவும், தமிழ் மொழிக்காகவும் பலர் போராடியிருக்கிறார்கள். இலக்கியம், கணிதம், விளையாட்டு, அறிவியலால் எண்ணற்றோர் தமிழகத்துக்கு பெருமை சேர்த்திருக்கிறார்கள். ஒவ்வொன்றையும் பேணிப் பாதுகாக்கும்பொருட்டு தமிழகந்தோறும் அருங்காட்சியகங்கள் அமைப்பது குறித்து அரசு திட்டமிட வேண்டும். தலைவர்களை, அரசு புறக்கணிப்பதால்தான், “எங்கள் சாதியில் பிறந்தவர்களை நாங்களாவது முன்னிலைப்படுத்துகிறோம்” என பல்வேறு சாதித் தலைவர்கள் பேசுகிறார்கள். சாதி கடந்து சிந்தித்த தலைவர்களை சாதிக்குள்ளும், கம்பி வேலிகளுக்குள்ளும் அடைத்து வைக்கிறார்கள். இந்நிலை மாறவேண்டும்.

கலகலப்பான இடமாகட்டும்

பார்வையாளர்களுக்கு அயர்ச்சியைத் தருவதாக இல்லாமல், பரப்பளவு, ஒளி, காற்றோட்டம், கற்பனை, படைப்பாற்றல் மற்றும் நவீன தொழில்நுட்பங்களைக் கையாண்டு அருங்காட்சியகங்களை உருவாக்க வேண்டும். ஏற்கெனவே உள்ளவைகளை மேம்படுத்த வேண்டும். மற்ற நாடுகளில் இருப்பதுபோல, பிறமொழி பயணிகளும் வாசிக்கும்படி குறிப்புகளை தமிழ் மற்றும் ஆங்கிலத்தில் எழுதி வைக்க வேண்டும்.

வெளிநாட்டு அருங்காட்சியகங்களில் பல்வேறு மொழி பேசும் வழிகாட்டிகள் இருக்கிறார்கள். பணியாற்றும் இடம் குறித்து படித்து, பட்டயச் சான்றிதழுடன் பணியாற்றுகிறார்கள். தமிழக அரசும், தமிழ், ஆங்கிலம், மற்றும் பிற மொழி தெரிந்த வழிகாட்டிகளை நியமிக்கலாம்.

அமெரிக்காவில் 80 சதவிகித அருங்காட்சியகங்கள் கல்வி சார் நிகழ்ச்சிகைள நடத்துகின்றன. கற்றல் செயல்பாடுகளுக்காக ஆண்டுக்கு 2 பில்லியன் டாலருக்கு மேல் செலவிடுகின்றன. நாம் குறைந்தபட்சம், ஒவ்வொரு வகுப்பிலும், தேர்வுக்காக அல்லாமல், தெரிந்துகொள்வதற்காக ஒவ்வோர் அருங்காட்சியகத்தை அறிமுகப்படுத்தலாம்.

நவம்பர் 01, 2022

21

குழந்தைகளுக்காகத் திட்டமிடுவோம்!

கரோனா காலத்திலும் குழந்தைகளைத் தேடிச் சென்ற ஆசிரியர்கள் பலர் கலைகளின் வழியாகவும், கதைகளினூடாகவும் மாணவர்களின் மனங்களில் கற்பனை பூக்கச் செய்தார்கள். குழந்தைகள் ஆர்வமாக புத்தகங்கள் வாசிக்கவும், கலந்துரையாடவும், புதியவற்றைத் தேடவும் இல்லம் தேடிக் கல்வியும் உதவுகிறது. மேலும், மாணவர்களை அழைத்து வந்து கண்காட்சியைக் காட்டவும், புத்தகம் வாசிக்கும் ஆர்வத்தை அவர்களிடம் கண்டுபிடிக்கவும் தன்னார்வலர்கள், ஆசிரியர்கள் மற்றும், பதிப்பாளர்கள் தொடர்ந்து முயற்சி எடுக்கிறார்கள்.

இதன் விளைவாக, புத்தகக்காட்சியில், சிறார் இலக்கியம் சார்ந்த புத்தகங்களும் சிறார்களின் வருகையும் அதிகரித்திருக்கிறது. பாடப் புத்தகங்களைக் கடந்த தங்களின் தேடலை விரிவுபடுத்துவதற்காக அரசு நீண்டகாலத் திட்டத்தை முன்னெடுக்க வேண்டியதன் அவசியத்தை இதன் வழியாக குழந்தைகள் உணர்த்தியுள்ளார்கள்.

பல்வேறு நாடுகள் தங்கள் குழந்தைகளின் இலக்கிய வாசிப்பில் அக்கறை கொண்டுள்ளன. குழந்தைகள் எளிதில் ஒன்றுகூடவும், திறமைகளை வெளிப்படுத்தவும், இலக்கிய ஆளுமைகளை

அறிந்துகொள்ளவும், கதைகளின் படியேறி கற்பனைத் தேரில் அவர்களுக்கான உலகில் மகிழ்ந்திருக்கவும் உதவும் வகையில், அந்த நாடுகள் திட்டமிடுகின்றன. பயணங்களின்போது இதைக் கண்டு நான் வியந்திருக்கிறேன்.

சர்வதேச நூலகம்

ஜப்பான் தலைநகர் டோக்கியோவில் இருக்கிறது, 'குழந்தைகள் இலக்கியம் சார் சர்வதேச நூலகம்'. நான்கு லட்சத்துக்கும் அதிகமான புத்தகங்கள் இங்கே உள்ளன. 18 வயதுக்கு உட்பட்ட குழந்தைகளுக்காக ஜப்பானில் வெளியாகும் அனைத்துப் புத்தகங்களையும் இங்கே சேகரிக்கிறார்கள். 10 வயது வரை உள்ள குழந்தைகளுக்கு, பதின்ம வயதினருக்கு, இலக்கியக் கூட்டங்கள் நடத்துவதற்கு, ஆராய்ச்சியாளர்களுக்கு எனத் தனித்தனி அறைகள் உள்ளன. ஒவ்வோர் அறையும் தனித்துவமானது. உதாரணமாக, 'உலகை அறிந்துகொள்' என்னும் அறையில், பல்வேறு நாடுகளின் புவியியல், கலாச்சாரம், சமயம், நாட்டாரியல் குறித்த படக் கதைகள் உள்ளன. சனிக்கிழமைகளில், நான்கு மற்றும் ஐந்து வயதுக் குழந்தைகளும், ஏழு வயதுக்கு மேற்பட்ட குழந்தைகளும் தனித்தனியாகக் கதை சொல்லும் அமர்வு நடக்கிறது.

அறிவுப் பூங்கா

தாய்லாந்து தலைநகர் பாங்காக்கில் Central World வணிக வளாகத்தின் எட்டாவது மாடியில் 'தாய்லாந்து அறிவுப் பூங்கா' அமைந்துள்ளது. இது குழந்தைகளுக்கான நவீன நூலகத்தின் அடையாளமாகும். குழந்தைகள் இப்படித்தான் அமர்ந்து படிக்க வேண்டும் என்பதல்ல! சாய்ந்து, படுத்து, குத்துக்கால் வைத்துக்கொண்டு அவர்களுக்குப் பிடித்தபடி வாசிக்கலாம். அதற்கேற்றவாறு இருக்கைகளை அமைத்துள்ளார்கள். குழந்தைகளுக்கு எட்டும் உயரத்தில் புத்தகங்கள், சிறு குழந்தைகள் ஏறி அமரும் உயரத்தில் மெத்தைகள், விளையாட்டின் வழியாகக் கற்றுக்கொள்ளப் படங்கள் மற்றும் உருவங்கள் அங்கே உள்ளன.

தங்கள் திறமைகளை வெளிப்படுத்த விரும்புகிறவர்களுக்காகக் 'கனவு முற்றம்', கற்றதைப் பிறருடன் பகிரவும் கலந்துரையாடவும் தனி அறை, நாற்பரிமாணத்தில் திரையரங்கம், இசை நூலகம் மற்றும் பல்லூடகவியல் அறை என எல்லா வயதினரையும் வரவேற்கிறது அறிவுப் பூங்கா. இரவு 7.30 மணிக்கு நான் சென்றபோது, அறிவுப் பூங்கா மாணவர்களால் நிரம்பி வழிந்ததைக் கண்டுவியந்தேன்.

குழந்தைகளின் அருங்காட்சியகம்

கிரேக்கத் தலைநகர் ஏதென்ஸில், 0 - 12 வயதினருக்கான ஹெலனிக் குழந்தைகள் அருங்காட்சியகம் அமைந்துள்ளது. ‘நான் கேட்கிறேன்... மறந்துவிடுகிறேன்; நான் பார்க்கிறேன்... நினைவில் வைத்திருக்கிறேன்; நான் செய்கிறேன்.. புரிந்துகொள்கிறேன்’ என்னும் தத்துவத்துடனேயே இதை உருவாக்கியுள்ளார்கள். இந்த அருங்காட்சியகம் – விளையாட்டுகள், கலந்துரையாடல்கள் வழியாக, தேட, ஆய்வுசெய்ய, புதியவற்றை உருவாக்க குழந்தைகளை ஊக்கப்படுத்துகிறது. ஒவ்வொருவரின் தனித்துவத்தை மதிப்பது குறித்தும், தனியாகவும் குழுச் செயல்பாடுகளின் வழியாகவும் தான் வாழப்போகும் உலகை வடிவமைப்பது குறித்தும் குழந்தைகள் கற்றுக்கொள்ள உதவுகிறது. ஒவ்வொரு குழந்தையும் தன் மீதான மரியாதையையும் சமூகப் பொறுப்புணர்வையும் வளர்த்துக்கொள்வதற்கு வழிகாட்டுகிறது. ‘நடமாடும் அருங்காட்சியகம்’ வழியாகக் கல்வி சார்ந்த கருத்தரங்குகளைக் கிரேக்கம் முழுமைக்கும் முன்னெடுக்கிறார்கள்.

வடிவியல் குறித்துக் குழந்தைகள் புரிந்துகொள்ள, வெவ்வேறு கட்டிடங்களைக் கட்டுவதற்குத் தேவையான பொருட்களைப் பற்றி அறிந்துகொள்ள, பொருட்கள் விற்பனை மற்றும் செயற்கையாகத் தேவை அதிகரிப்பது குறித்துக் கற்க, உணவு சமைப்பதற்கான பொருட்கள் குறித்த அறிவைப் பெற, வேற்றுமையில் ஒற்றுமை குறித்த புரிதல் பெற தனித்தனி அரங்குகள் இங்கே உள்ளன. குழந்தைகள் சமைத்துப் பார்க்கவும், கட்டிடம் கட்டிப் பார்க்கவும் பொருட்களும் அனுமதியும் உண்டு. மிகச் சிறு வயதில் வாழ்வின் அடிப்படையையும் அறத்தையும் குழந்தைகள் கற்றுக்கொள்ள முடிகிறது.

ஓவிய அருங்காட்சியகம்

ஏதென்ஸில் 5-14 வயதுக் குழந்தைகளுக்காக ஓவிய அருங்காட்சியகமும் உள்ளது. குழந்தைகள் வரைந்த 10,000-க்கும் அதிகமான படங்களும், முப்பரிமாணப் படைப்புகளும் இங்கே உள்ளன. குழந்தைகளால் உருவாக்கப்பட்ட செறிவான ஓவியங்கள் வழியிலான கல்வி முறையை அருங்காட்சியகம் முன்மொழிகிறது. குழந்தைகளுக்கு நலம் பயக்கும் ஓவிய முறைகளை ஆராய்ச்சி செய்கிறார்கள். கலை ஆர்வமுள்ள பெற்றோர்களும் கலைஞர்களும் கூடித் திட்டமிட்டுச் செயல்படுகிறார்கள். வெளிநாட்டு

ஆய்வாளர்களுடன் கிரேக்கக் குழந்தைகளின் திறமைகளைப் பகிர்ந்துகொள்ள சர்வதேசக் கண்காட்சிகள் நடக்கின்றன. கிராமத்துப் பள்ளிகளுக்குச் சென்று ஓவியக் கருத்தமர்வுகள் நடத்தி, சிறார்கள் தங்கள் திறமைகளை அடையாளம் காண உதவுகிறது.

நாமும் முன்னெடுக்கலாம்

அண்மைக் காலத்தில், சிறார் எழுத்தாளர்களும் குழந்தைகள் நலன்சார் செயற்பாட்டாளர்களும் தமிழ்நாட்டில் கவனம்பெறத் தொடங்கியுள்ளார்கள். சிறுவர்களுக்கான வாசிப்பு, விளையாட்டு, கலை உள்ளிட்டவற்றைப் பேசவும், சிறார் செயல்பாட்டாளர்களை ஒருங்கிணைக்கவும், தமிழ்நாடு சிறார் எழுத்தாளர்கள் - கலைஞர்கள் சங்கம் உருவாகியுள்ளது. இச்சூழலில்,

- சிறாருக்காக எழுதுகிறவர்களின் நூல்களைத் தொகுப்பதையும் மாணவர்களிடம் கொண்டுசேர்ப்பதையும் அரசு தன் கடமையாகக் கொள்ள வேண்டும்.
- அறைக்கலன் பூங்காபோல, மாவட்டத் தலைநகரங்களில் இலக்கியப் பூங்காக்கள் அமைக்கலாம்.
- இல்லம் தேடிக் கல்வித் திட்டத்தின் தொடர்ச்சியாகக் குழந்தைகளுக்கான புத்தகங்களுடன் கூடிய கிராம அல்லது வீதி நூலகங்களைத் தொடங்கலாம்.
- வண்ணப் படங்களுடன் குழந்தைகளுக்காக வெளிவரும் இதழ்களுக்கும், புத்தகங்களுக்கும் நிதி உதவி வழங்கிக் குறைந்த விலையில் சிறாரிடம் கொண்டுசேர்க்கலாம்.
- ஒவ்வோர் ஆண்டும் குழந்தைகளுக்காக வெளியாகும் சிறந்த புத்தகங்களை அறிஞர்களின் உதவியுடன் தெரிவு செய்து நூற்பட்டியலைப் பள்ளிகளுக்கு வழங்கினால், ஆசிரியர்களுக்கு மிகவும் உதவியாக இருக்கும்.

குழந்தைகள் சூழ் நூலகம் தமிழ்நாட்டின் முகவரியாகட்டுமே!

மார்ச் 13, 2022

‘இந்து தமிழ் திசை’ கட்டுரையும் முதல்வர் அறிவிப்பும்!

தமிழகத்தில் மாபெரும் புத்தகப் பூங்கா அமைக்கப்படும் என்று முதல்வர் மு.க.ஸ்டாலின் அறிவித்திருப்பது புத்தகக் காதலர்களிடையே பெருமகிழ்ச்சியை ஏற்படுத்தியிருக்கிறது. இந்தப் புத்தகப் பூங்காவில் அனைத்து நூல்களும் இருக்கும்படி நடவடிக்கை எடுக்கப்படும் என்று முதல்வர் கூறியிருக்கிறார்.

கடந்த ஞாயிற்றுக்கிழமை (13.03.22) ‘இந்து தமிழ் திசை’ நாளிதழில் சூ.ம.ஜெயசீலன் ‘குழந்தைகளுக்காகத் திட்டமிடுவோம்!’ என்ற கட்டுரை எழுதியிருந்தார். அதில் இப்படிக் குறிப்பிட்டிருந்தார்: “... மாவட்டத் தலைநகரங்களில் இலக்கியப் பூங்காக்கள் அமைக்கலாம். இல்லம் தேடிக் கல்வித் திட்டத்தின் தொடர்ச்சியாகக் குழந்தைகளுக்கான புத்தகங்களுடன் கூடிய கிராம அல்லது வீதி நூலகங்களைத் தொடங்கலாம்.”

இந்தக் கட்டுரை வெளியாகி இரண்டு நாட்களுக்குள் முதல்வரிடமிருந்து இப்படியொரு அறிவிப்பு வந்திருப்பது ‘இந்து தமிழ் திசை’ வாசகியான எனக்கு மிகுந்த மகிழ்ச்சியைத் தருகிறது. தொடர்ந்து ‘இந்து தமிழ் திசை’யின் கட்டுரைகளையும் செய்திகளையும் முதல்வர் கவனித்துத் தகுந்த நடவடிக்கைகளை எடுத்துவருகிறார். அதன் தொடர்ச்சியாகவே இந்த அறிவிப்பையும் கருத வேண்டியிருக்கிறது.

இந்தத் திட்டத்தைத் தொடக்கப் புள்ளியாகக் கொண்டு, ஒரே ஒரு இடத்தில் மட்டுமல்லாமல் எல்லா மாவட்டங்களிலும் இலக்கியப் பூங்காக்கள் உருவாக்க வேண்டும். குழந்தைகளுக்குப் புத்தக வாசிப்பை அறிமுகப்படுத்துவதாக இந்த இலக்கியப் பூங்காக்கள் இருக்க வேண்டும். புத்தக வாசிப்பின் மூலமே ஒரு சமூகத்தால் புதுப் புது சிந்தனைகளையும் புதுப் புதுக் கண்டுபிடிப்புகளையும் செய்ய முடியும். அதற்கு இந்த அறிவிப்பு ஒரு விதையாக இருக்கட்டும்.

- அமுதா, திருநெல்வேலி.

இந்து தமிழ் திசை, மார்ச் 16, 2022

சூ.ம.ஜெயசீலன் படைப்புகள்

கீற்று வெளியீடு

1. பச்சைச் சருகுகள்

நியூ செஞ்சுரி பதிப்பகம்

2. மலேசிய வேருக்குள் தமிழர் இரத்தம்
3. ஈழ யுத்தத்தின் சாட்சிகள்

இந்து தமிழ்திசை பதிப்பகம்

4. மண்ணுக்குள் அரண்மனையும் மரண ரயில் பாதையும்
5. சிறகை விரி... உலகை அறி: ஆஸ்விட்ச் வதை முகாமும் சாக்ரடீஸின் கால் தடமும்

வைகறை பதிப்பகம்

6. எந்தப் பிழையால் இந்தத் தலைமுறை
7. திருநங்கைகள் : வாழ்வியல் – இறையியல்
8. இஸ்ரயேல் - அகதிகளாய் அலைந்தவர்களின் வரலாறு

பாரதி புத்தகாலயம்

9. உஷ்... குழந்தைங்க பேசுறாங்க
10. காயம் போற்றும் காவியம்
11. நீயே ஒளி... நீதான் வழி! (இந்து தமிழ்திசை நாளிதழில் வெளியான மனநலம் தொடர்பான கட்டுரைகள்)
12. இது நம் குழந்தைகளின் வகுப்பறை
    - கவிதை உறவு – 2015 இரண்டாம் பரிசு.
    - சென்னை புத்தகத் திருவிழா -2017 சிறந்த கல்வி நூல் விருது.
    - தமிழ்நாடு கல்வியியல் பல்கலைக்கழகப் பாடத்திட்டத்தில் EPC – Reading and Reflecting on Texts பிரிவில் இடம் பெற்றுள்ளது.
13. வாழ்வைத் திறக்கும் சாவி
    - கவிதை உறவு – 2020 முதல் பரிசு
14. ஆன்டன் செகாவ் சிறுகதைகள் (மொழிபெயர்ப்பு)
15. கொரிய நாட்டு குழந்தைகளுக்குப் பிடித்த கதைகள் (மொழிபெயர்ப்பு)

16. ஜப்பான் நாட்டு குழந்தைகளுக்குப் பிடித்த கதைகள் பாகம் – 1 (மொழிபெயர்ப்பு)
17. ஜப்பான் நாட்டு குழந்தைகளுக்குப் பிடித்த கதைகள் பாகம் – 2 (மொழிபெயர்ப்பு)
18. பிலிப்பைன்ஸ் நாட்டு குழந்தைகளுக்குப் பிடித்த கதைகள் (மொழிபெயர்ப்பு)

டிஸ்கவரி புக் பேலஸ்

19. என் பெயர் நுஜுத், வயது 10, விவாகரத்து ஆகிவிட்டது (மொழிபெயர்ப்பு)

நல்லாயன் பதிப்பகம்

20. என் அன்புக்குரிய குழந்தைகளை விட்டுவிட்டு... (ஜப்பான் இலக்கியம் - மொழிபெயர்ப்பு)
21. புனிதர்களோடு வழி நடக்க வழி நடத்த (3 பாகங்கள்)

கனலி பதிப்பகம்

22. பனியரசி (ஹன்ஸ் கிறிஸ்டியன் ஆன்டர்சன், சிறார் குறு நாவல் - மொழிபெயர்ப்பு)

ஆனந்தா பதிப்பகம்

23. புனித பீட்டர் தமியான்
24. புனித சந்தியாகப்பர்
25. அமைதியின் அருளோவியம்: அருளாளர் இரண்டாம் ஜான் பால்

பிற வெளியீடு

26. நாவலர் மன்றம்: ஈழத்தமிழ் எழுத்தாளர்கள் வரலாறு (நண்பர்கள் வெளியீடு)
27. நதி வாழ்வு நிறை வாழ்வு - (ஆவணப்படம், மொழிபெயர்ப்பு)

மேலும்,

மொழிபெயர்ப்புச் சிறுகதைகள் இடம்பெற்றுள்ள தொகுப்புகள்:

1. ஜப்பானிய மொழிபெயர்ப்புச் சிறுகதைகள் (கனலி)
2. பூமி இழந்திடேல்: சூழலியல் காலநிலைச் சிறப்பிதழ் (கனலி)
3. அமெரிக்க மொழிபெயர்ப்புச் சிறுகதைகள் (கனலி)

■

www.ingramcontent.com/pod-product-compliance
Lightning Source LLC
LaVergne TN
LVHW091556170726
843492LV00007B/2145

* 9 7 8 8 1 1 9 1 7 6 1 6 8 *